AF747302

लखोबा सावकार

डॉ. मोहन दिवटे

#AnyoneCanPublish with
सकाळ प्रकाशन

#AnyoneCanPublish with

सकाळ प्रकाशन

Lakhoba Savkar

Dr. Mohan Divate, 2024

लखोबा सावकार

डॉ. मोहन दिवटे, २०२४

संपर्क - ९८६०४४०९००

Email - mohandivate5@gmail.com

'मथुराई' पद्मावती माउलीनगर, डी-मार्टच्या समोर, रिंग रोड,

रेणापूर नाका, लातूर-४१३५१२

प्रथम आवृत्ती	: १६ सप्टेंबर २०२४
प्रकाशक	: सकाळ मीडिया प्रा. लि. ५१५, बुधवार पेठ, पुणे-४११ ००२
मुखपृष्ठ, मांडणी आणि मुद्रितशोधन	: सारद मजकूर, पुणे
मुद्रणस्थळ	: विकास प्रिंटिंग अ‍ॅण्ड कॅरिअर्स प्रा. लि. प्लॉट नं. ३२, एमआयडीसी, सातपूर, नाशिक
ISBN	: 978-81-977101-5-5
अधिक माहितीसाठी	: ०२०-२४४० ५६७८ / ८८८८८४९०५० sakalprakashan@esakal.com

डॉ. मोहन शिवाजीराव दिवटे

- बामणी (ता. जि. लातूर) येथील शेतकरी कुटुंबातून आलेले डॉ. मोहन दिवटे हे सध्या महावितरणमध्ये जनसंपर्क अधिकारी आहेत.
- 'जनसंपर्क आणि प्रसार माध्यमे' व 'लढता लढता कोरोनाशी.. रक्ताळल्या प्रकाशवाटा!' ही त्यांची पुस्तके यापूर्वी प्रकाशित झालेली आहेत.
- 'लढता लढता कोरोनाशी.. रक्ताळल्या प्रकाशवाटा!' या लाईनमन-जनमित्राच्या जीवनावर आधारित कादंबरीस २०२२ सालचा 'डॉ. बाबासाहेब आंबेडकर साहित्य अकादमी'चा राज्यस्तरीय पुरस्कार मिळाला आहे.
- २५ मे १९९५ पासून ते २०१० पर्यंत अनेक स्थानिक दैनिकांमध्ये पत्रकारितेचे आणि यूएनआय या आंतरराष्ट्रीय वृत्तसंस्थेसाठीही त्यांनी स्ट्रिंजर म्हणून काम केले आहे.
- जुलै २००९ ते मार्च २०११ पर्यंत लातूर येथील एमआयटी जनसंवाद महाविद्यालयात सहयोगी प्राध्यापक म्हणून काम केले.
- मार्च २०११ पासून महावितरणमध्ये जनसंपर्क अधिकारी पदावर कार्यरत.
- 'योजना'सह अनेक नियतकालिकांतून विविध विषयांवर विपुल लेखन.
- राज्यातील विविध वृत्तपत्रांतूनही वीजविषयक, विशेषतः महावितरण संबंधित सकारात्मक लेखन प्रसिद्ध.

प्रस्तावना

डॉ. मोहन दिवटे लिखित लखोबा सावकाराची ही शोकात्म कथा अनेक रंगानी न्हाऊन निघाली आहे. पूर्वजांनी केलेल्या अनैतिक कृतीमुळे कुटुंबाला बदनामी सहन करावी लागली. जातीबाहेर अनैतिक संबंध ठेवून झालेल्या 'संतान'ला 'अक्करमाशी' म्हणण्याचा प्रघात होता. त्याच बदनाम संदर्भाने 'लखोबा' ओळखला जात होता.

लखोबा कल्पक बुद्धीचा असल्याने दुकानदारी आणि व्यापारातून तो सावकारीही करू लागला. मंत्र्याची थाप पाठीवर असल्याने गुत्तेदारीही त्याने सुरू केली. बारा गावाचं पाणी प्यायलेल्या लखोबानं गावात निवडणूक लढवली. हार-जीतच्या धुमाळीत क्रमाक्रमाने तो श्रीमंत झाला. त्याची पत वाढली, राजकीय शक्तीही वाढली. मंत्र्याने पाठ थोपटली अन् त्यातूनही त्याचं प्रस्थ वाढलं.

लखोबा सावकाराला कादंबरीचा नायक म्हणावं की खलनायक? या प्रश्नाचं उत्तर समीक्षकालाही देणं कठीण व्हावं, अशी या कलाकृतीची रचना आहे. कथानायक लखोबा स्त्रीलंपट आणि दगाबाज आहे. पारू या पहिल्या पत्नीशिवाय दुसरी पत्नी म्हणून मीनलशीही त्याचे संबंध आहेत. मीनलच्या पहिल्या नवऱ्याने संशयापोटी तिला सोडलेय. ती लखोबाशीही बांधील राहत नाही. त्याच्या अपरोक्ष संतुकराव पाटलाशी ती संबंध ठेवते. ती बाब लखोबाच्या लक्षात आल्यावर तिला त्याने वापरण्याचे ठरवले. 'संत्या'सह कुणाशीही संबंध ठेवण्याची संमती लखोबा तिला देतो; पण बदल्यात रोज शंभर रुपये देण्याची त्याने अट घातली. पैशामागे पळणारा लखोबा तिच्या चुकीचे भांडवल

करून त्यावर कमाई करू पाहतो. मीनल त्यास नकार देते. 'बायकोला वैश्यागिरी कर म्हणणारा नवरा' तिला नको होता; पण तिने स्वतःच शेण खाल्यामुळे तिचा नाईलाज झाला अन् ती लखोबाच्या जाळ्यात अडकली.

संतुकराव पाटलाशी लखोबाने सांगितल्यानुसार तिने 'लगट करून' त्याला पुरता लुटला. लखोबाचे नाटक यशस्वी झाले. जमीन-जायदातीतून संतुकराव उठला. कंगाल झाला आणि त्याला लुबाडून लखोबा स्थिरस्थावर झाला. त्याची खोटी प्रतिष्ठा वाढली. संतुकराव पाटील बाईच्या नादात कंगाल झाला. हमाली करून दारूच्या व्यसनात तो मग्न राहू लागला.

लखोबाने मोक्याच्या जमिनीवर संस्था काढून शाळा सुरू केली. मंत्री व लोकप्रतिनिधीच्या शाबासकीने त्याची प्रतिष्ठा वाढली. त्याच्याकडून शाळेतील शिक्षक आणि कर्मचाऱ्यांची पिळवणूक सुरू झाली. त्याने सत्तेच्या माजात संगाप्पाला भाडखाऊ म्हणून शिवीगाळ केली. त्याच्या उत्तरात संगाप्पाने फुक्कट काम करून घेऊन भाड खाणारा म्हणून त्याची लाज काढली. त्यास 'अक्कराच्या' म्हणून शिवीही दिली.

विनाअनुदानित संस्थेतील कर्मचाऱ्यांचे शोषण आणि अत्याचाराचा सप्रमाण पंचनामा लेखक डॉ. मोहन दिवटे यांनी येथे केलाय. त्याचप्रमाणे गावकीच्या राजकारणाचे भ्रष्ट व कुरूप चित्रही सुंदर आणि वास्तव शब्दांत रेखाटले आहे. 'संगाप्पाच्या' तोंडून जणू शोषित कर्मचाऱ्यांचा राग-संताप व्यक्त होत होता. संस्थाचालकाची मग्रुरी व सत्तांधपणा किती मुजोर होता, याची साक्ष लखोबाच्या व्यक्तिचित्रातून मिळते.

विकृत प्रवृत्ती आणि कुरूप वास्तवाचा उत्तम नमुना जावळीच्या गावकारभारातून व राजकारणातून लेखक डॉ. दिवटे चित्रित करू पाहतात. या कादंबरीत निवडणूक आहे. सभासदांची सहल आहे. पळवापळवी आहे. कुरघोड्या आहेत. डावपेच आहेत. डाव उलटवण्याचे प्रकारही आहेत.

अशाच एका डावपेचातून शेवंताबाईला सरपंच करून उपसरपंचपद लखोबा स्वतःकडे ठेवतो. राजकीय पुढाऱ्यांचा हस्तक्षेप आणि आशीर्वाद सोईस्कररीत्या मिळवत राहतो. नीतीमत्ता व लोकशाहीची मूल्यव्यवस्था पायदळी तुडवूनच हा गैरप्रकार चालू असतो. जावळी गाव संपूर्ण ग्रामीण लोकशाहीची प्रातिनिधिक आवृत्ती आहे. सर्व प्रकारच्या व सर्वार्थाच्या कुरूपतेचे दर्शन या ग्रामीण कादंबरीतून डॉ. दिवटे यांनी घडवले आहे.

चामडीच्या सोंगटीचा डाव खेळण्यात लखोबा पटाईत आहे. म्हणूनच 'आंधळ्याचा हात आपसूकपणे भलत्याच ठिकाणी विसावल्याचे' लेखक डॉ. दिवटे यांनी त्याच्याबाबतीत केलेले वर्णन सार्थ आहे. लखोबा स्वतःच्या संपत्तीच्या लालसेचे साधन मीनलला बनवतो. पहिला संतुकराव पाटलाचा बकरा बनवल्यावर त्याने तुळशीराम उनाळ्याची शिकार मीनलमार्फत केली. स्वतःच्या दुसऱ्या बायकोला पुढं करून तिच्या

नादानं तुळशीराम उनाळ्याला गंडवण्याचा प्रकार लखोबाने केला आणि आडरानात नेऊन फास लावून त्याने तुळशीरामचा घात केला. दारूच्या व्यसनात बुडालेला तुळशीराम बाईच्या नादात वेडाखुळा झाला आणि संपत्तीसोबत आपला जीव गमावून बसला. लखोबाचं कपट आणि मीनलचं नाटक तुळशीरामला चांगलंच नडलं. उसाच्या फडात त्याच्या प्रेताची विल्हेवाट लखोबानं लावली. त्याच्या बोटातील सोन्याच्या अंगठ्या, मनगटातील सोन्याचं कडं, सोनसाखळी काढून झाल्यावर लखोबा थंड डोक्याने त्या रानातून बाहेर पडला. पुढं पोलीस तपासात काहीही मिळालं नव्हतं.

लखोबाचे प्लॅन यशस्वी होत होते. त्याच्या इच्छेखातर मीनल स्वत:च्या मनाविरुद्ध नाटकं करत होती. तिचा नाईलाज होता का? ती गिल्टी असल्याने लखोबाच्या अघोरी कारस्थानाला बळी पडली का? यासह इतर साऱ्याच प्रश्नांची उत्तरं पुस्तक वाचनाअंती वाचकांना मिळतील.

म्हातारा नाथाजी पाटील बिचारा सर्व गणगोत असूनही पोरकाच होता. चाळीस एकराची बागाईत नावावर असणारा मवाली व्यक्तिमत्त्वाचा 'बाईलवेडा' नाथाजी पाटील. नाथाजीच्या रूपाने लखोबा सावकारासाठी आणखी एक चांगली शिकार सापडली. त्याच्याशी मैत्री करून त्याच्या स्वभावाचा अभ्यास करून लखोबाने नाथाजी पाटलालाही गंडवलं. मीनलच्या नादी लावून त्याला स्वप्न दाखवली आणि शेवटी तेरा लाख रुपयांची रक्कम घेऊन नाथाजीला लखोबाने पुरात ढकलून दिलं.

तुळशीराम उनाळ्याचा खून अत्यंत क्रूर पद्धतीने लखोबाने केला. नाथाजीलासुद्धा लुबाडून पुराच्या पाण्यात ढकललं. एवढे घात होऊनसुद्धा पोलीस खातं गप्प कसे? हा प्रश्न उरतोच.

खुनाचा गुन्हा सर्वात गंभीर असल्याने त्याची चौकशी अटळ असते; पण डॉ. दिवटे यांनी पोलिसांच्या कार्यक्षमतेवर लखोबाचे नाटक भारी पडल्याचे चित्रित केलेय. पोलीस तपासात लखोबा गुन्हेगार ठरून त्याची अटक अटळ होती; पण ती शक्यता टाळून कादंबरी पुढं सरकते. पुढं गावातील दोन गटांच्या हाणामाऱ्यात लखोबा व त्याच्या कुटुंबांचा झालेला अंत डॉ. दिवटे यांनी तरलपणे चित्रित केला आहे. दरम्यान लखोबा आणि त्याचा मुलगा प्रकाश यांचा संघर्षही काही काळ जाणवतो; पण कुटुंबाचे नेतृत्व करताना गावाच्या नेतृत्वाचा भारही प्रकाश उचलतो. मधेच लखोबाची मुलगी हेमा आणि मल्हार यांच्या प्रेमकथेचे उपकथानक कथेत आलेले आहे. हेमा आणि मल्हारच्या आंतरजातीय विवाहाचे पुरोगामी भूमिकेतून नाटकी समर्थन लखोबाच्या कुटुंबाने केल्याचे दिसते. बापाच्या कपाटातून हेमा पैसे चोरते आणि ते मल्हारला देते. चंद्रकांत या लखोबाच्या दुसऱ्या मुलाचेही लग्न होते. त्यांना मुलंबाळंही होतात. चोरलेल्या पैशाबाबत लखोबाला प्रकाशचा संशय येतो. त्यातून सख्ख्या नात्यात संशयकल्लोळ उभा राहतो. त्या आड

हेमा-मल्हारची प्रेमकथा फुलत जाते. मीनलच्या भाऊबंदकीबाबतचं आणखी एक उपकथानक डॉ. दिवटे यांनी चपखलपणे चित्रित केले आहे. वडिलोपार्जित प्रॉपर्टीबाबत मीनल आणि तिच्या भावात कोर्टकचेऱ्या सुरू होतात.

प्रत्येक व्यक्तिरेखेला तिचे स्वत:चे कुटुंब आणि नातेसंबंध असतातच; पण त्यासाठी प्रत्येकाचे स्वतंत्र उपकथानक कशासाठी? त्याचे प्रयोजन कोणते? उपकथानकांच्या गर्दीमुळे मुख्य कथानक पातळ आणि विस्कळीत होते.

'बायकोच्या अनैतिक कमाईवर जगणारा' म्हणून लखोबाच्या वाट्याला प्रचंड बदनामी आली. गावातील विरोधकांनी लखोबाची नाकेबंदी केली. धनमांडे बिरादरीच्या लोकांनी काठ्या कुऱ्हाडीनिशी लखोबा आणि प्रकाशच्या गँगशी भांडण केले. त्या भांडणात परस्परांची डोकी फुटली. पुढे पुन्हा गावच्या विविध सहकारी सेवा सोसायटीची निवडणूक लागली आणि दोन्ही गटात तुंबळ हाणामारी झाली. त्यात लखोबासह प्रकाश आणि दोन विरोधकांचा मृत्यू झाला. सर्वत्र शोककळा पसरली. आयुष्यभर पैशांच्या मागे पळणाऱ्या लखोबाला पळताना किती पळायचं आणि कुठं थांबायचं हेच कळालं नाही, म्हणूनच त्याची शोकांतिका झाली.

डॉ. दिवटे यांची भाषाशैली अत्यंत प्रवाही आहे. निरीक्षण क्षमता उत्तम असून प्रसंग वर्णनेही सुंदर आहेत. त्यांच्या व्यक्तिरेखा जटिलपणाचा भास निर्माण करतात; पण सर्वच व्यक्तिरेखा नालायक आणि दुष्ट कशा? गावात, नात्यात एकही व्यक्ती सात्त्विक असू नये? पारूसारख्या स्त्रिया सात्त्विक प्रवृत्तीच्या असतीलही; पण त्यांचा ठसा मात्र दिसत नाही. सर्वच माणसे स्त्रीलंपट व दारुडी कशी? असे प्रश्न कादंबरीबाबत निर्माण होतात.

कादंबरीत कुठलीच चांगली घटना वा प्रसंग घडत नाही. लेखकाचा तो हेतूच नसावा; पण वाईट माणसाचा शेवट शोकात्मच होतो. या सर्वसाधारण सूत्राची प्रचिती मात्र कादंबरीच्या शेवटी येते. नाट्यपूर्ण अशी सुंदर ग्रामीण वास्तववादी कादंबरी मराठी भाषेला दिल्याबद्दल डॉ. मोहन दिवटे यांचे हार्दिक अभिनंदन आणि शुभेच्छा.

– डॉ. श्रीपाल सबनीस

अध्यक्ष, ८९वे अखिल भारतीय मराठी साहित्य संमेलन

मनोगत

शहरी संस्कृती फारच बिघडली आहे, असा सूर सर्वसाधारणपणे बऱ्याच जणांचा असतो. कदाचित शहरवासीयांच्या हालचालींवर प्रसार माध्यमांचा फोकस अधिक असल्याने शहरं बिघडली, असं वाटणं स्वाभाविकही आहे; शिवाय शहरातल्या धावपळीच्या जीवनशैलीतून किंवा कौटुंबिक आणि सामाजिक नियंत्रणाच्या अभावातून तशी परिस्थितीही निर्माण होऊ शकते. खरं तर बिघडण्याच्या बाबतीत ग्रामीण भागही काही मागं असण्याचं कारण नाही. उलटपक्षी, ग्रामीण भागातल्या काही माणसांची बेरकी-कावेबाज प्रवृत्ती, मुरलेला मुत्सद्दीपणा, भाऊबंदकी आणि बरंच काही... थोडक्यात, एक बिलिंदर गावकीच ग्रामीण संस्कृती बिघडवण्याकामी कळीचा विषय ठरलेली असते. जात, भाऊबंदकी, गरिबी-श्रीमंती, प्रतिष्ठा-अप्रतिष्ठेसारख्या तत्सम बाबींभोवतीही ग्रामीण भागातलं सबंध राजकारण आणि समाजकारण गुरफटलेलं असतं. त्यातून वाढत जाणारी गुन्हेगारी टोकाची असते. बऱ्याचदा त्यात समाजव्यवस्था कोलमडून जाते. अनेक कुटुंबं उद्ध्वस्त होताना पाहायला मिळतात. वस्तुस्थितीवर आधारित अशाच एका कथानकावर प्रस्तुत कादंबरी रेखाटलेली आहे.

'लखोबा सावकार' हा या कादंबरीचा नायक. तो हलाखीच्या परिस्थितीत वाढलेला, अत्यंत हुशार आणि तितकाच सचोटीचा; परंतु अगदी बालवयातच सातत्याने मिळणाऱ्या अक्करमाशीसारख्या हीन सामाजिक दूषणांतून दुखावला गेल्यानं बदल्याच्या भावनेतून तो कुठल्याही मार्गानं श्रीमंत होण्याचं स्वप्न बाळगतो. चांगल्या

मार्गाऐवजी वाम मार्गानंच अधिक श्रीमंत होता होता तो कायमचा दुष्टचक्रात फसतो नि त्यातच त्याचा दुर्दैवी अंत होतो. सबंध गावकी आणि ग्रामीण राजकारणातले बारकावे सांगणारी, प्रवाही ग्रामीण भाषेतली ही कादंबरी वाचकांच्या पसंतीस नक्कीच उतरेल, याबद्दल मला खात्री वाटते.

८९ व्या अखिल भारतीय मराठी साहित्य संमेलनाचे अध्यक्ष, ज्येष्ठ लेखक, अभ्यासक व समीक्षक डॉ. श्रीपाल सबनीस यांनी 'लखोबा सावकार' या कादंबरीस प्रस्तावना दिली, त्याबद्दल त्यांचे मनस्वी आभार.

या कादंबरीच्या प्रपंचात माझे सहकारी मित्र, जनसंपर्क अधिकारी ज्ञानेश्वर माऊली आर्दड, सकाळ प्रकाशनच्या अमृता देसर्डा, सारद मजकूरचे अभिजित सोनावणे, तेजस्विनी गांधी-कुलकर्णी, ज्योती बागल यांच्यासह अनेकांचे सहकार्य लाभले. त्याबद्दल मी त्यांचाही ऋणी आहे.

प्रस्तुत साहित्यकृती ही वस्तुस्थितीवर आधारलेली असली, तरी साहित्य क्षेत्रातल्या लेखन पद्धतीनुसार यात रेखाटलेली काही स्थळं, प्रसंग आणि पात्रं काल्पनिकरीत्या चित्रित करण्यात आली आहेत. यात कुणाच्या भावना किंवा हितसंबंध दुखावण्याचा कोणताही हेतू नाही.

- डॉ. मोहन दिवटे

बालाघाट डोंगररांगांचा पूर्व-पश्चिम निसर्गरम्य परिसर. नदी-नाल्यालगतचा, हिरव्यागार मळ्याच्या शेतीचा भाग. जसजसं उत्तरेकडे जावं, तसतसा काहीसा डोंगररांगांचा मन रमवणारा वृक्षवेली, फळा-फुलांनी नटलेला चढणीचा विस्तीर्ण प्रदेश. त्यात उठावदार दिसणाऱ्या लाव्हा आणि बेसाल्ट खडकापासून बनलेल्या काही उंच-उंच, महाकाय डोंगरी टेकड्या. परिसराचं सौंदर्य वाढवणारी ती भू-विशेष आजही जशीच्या तशी उभी आहेत. राम आणि सीतामाईच्या रामायणाचा संदर्भ सांगणाऱ्या त्या डोंगरी टेकड्या गावाच्या जणू संरक्षणासाठीच बनलेल्या आहेत, असं सहज वाटून जातं. डोंगररांगांच्या पायथ्याशीच वसलेलं 'जावळी' गाव.

जावळी हे गाव तसं छोटंसं. टुमदार, समृद्ध आणि तितकंच बेरकीही! डोंगर पायथ्याचा काही मुरमाड भाग सोडला, तर गावचा बहुतांश शिवार अगदी काळ्याभोर कसदार रेगूर मातीचा. माणूस पुरला तरी तो आपसूकच उगवून निघंल, इतकी ती सुपीक जमीन! जवळून गेलेली वांजरा नदी. तिला जाऊन मिळालेली एक लहान उपनदी. दोन्ही नद्यांच्या दरम्यान आणि उपनदीच्या अगदी काठावर वसलेलं हे गाव. शेतजमिनीसह गायी-म्हशी, बैलं, शेरडं-मेंढरं, कोंबड्या पाळून उपजीविका करणारे अनेक जाती-जमातीचे गावकरी. चाळीसएक वर्षांपूर्वी जिल्हा म्हणून अस्तित्वात आलेलं लातूर शहर अगदी तीस-पस्तीस किलोमीटर अंतरावर असल्यानं तिथला व्यापारउदीमही चांगला चालायचा. गावकऱ्यांचंही सर्व काही सुरळीत आणि शिस्तीत चालत असे. मुळात, ती सारी गावकरी मंडळी सुमारे ऐंशी-नव्वद वर्षांपूर्वी आंध्रप्रदेशातून आताच्या मराठवाड्यात स्थलांतरित झालेली. निजामी राजवटीच्या जाचाला कंटाळून थोडीशी

लांब येऊन ती स्थिरावली होती. स्थलांतराच्या प्रक्रियेत ज्याच्या मनगटात बळ होतं, तशांनी आसरपसर जमिनी ताब्यात घेतल्या होत्या. ज्यांच्याकडे अधिक जमिनी, ती सारी जमीनदार मंडळी आणि ज्यांच्या मनगटात दम नव्हता, अशा मंडळींनी रोजी-रोजगार स्वीकारलेला. नामदेव आणि जनाबाई धनमांडे हे त्यांच्यापैकीच एक जोडपं. अगदी मोलमजुरीवर गुजराण करणारं. तशी त्या स्थलांतरित गावात धनमांडे बिरादरी प्रस्थापित होती. त्यांच्याकडे जमिनी-जायदादीही मुबलक; परंतु नामदेव-जनाबाई मात्र परिस्थितीने दुबळेच. त्यांना मोलमजुरीशिवाय दुसरा सहारा नव्हता. इतर जमीनदार धनमांडे बिरादरीच्या तुलनेत नामदेव उपेक्षितच होता. सारे गावकरी त्यांना 'नामा' आणि 'जना' या नावानेच ओळखायचे आणि बोलायचेही. धनमांडे बिरादरीत असूनही त्या बिरादरीचं आडनाव लावण्याचीही अडचण उपेक्षित नामा आणि जनाला होती. इतकी ती परिस्थिती विचित्र. तत्कालीन जातीपातीच्या उतरंडीत मध्यम किंवा उच्च समजल्या जाणाऱ्या जातीत जन्माला येऊनही केवळ परिस्थिती कमजोर असल्यानं अस्पृश्यांसारखं जगणं त्यांच्या वाट्याला आलं होतं.

नामा-जना राबत होते, जगत होते. आलेला दिवस लोटत होते. फाटका-तुटका संसार चालला होता. करता करता नामा आणि जनाच्या संसाराचा वेल फुलला नि पोटी एक बाळ जन्माला आलं. दोघांनीही देवाचं नाव म्हणून हौसेनं त्याचं नाव 'लक्ष्मण' असं ठेवलं. तोच लक्ष्मण वाढतं वय आणि परिस्थितीनुसार चांगल्या-वाईट कर्तृत्वाच्या वेगवेगळ्या टप्प्यांवर 'लख्खा' आणि 'लखोबा सावकार' म्हणून नावारूपाला आला.

दिवसांमागून दिवस जात होते. तसतसा लक्ष्मणही वयानं वाढत होता. नाका-डोळ्यांनी नीटस, तितकाच गोरागोमटा आणि बाळसेदार असलेला लक्ष्मण तेवढाच चंचलही होता. कुणालाही तो आपलासा वाटायचा. रोजगाऱ्याचं पोर; पण धनमांड्याच्या भावकीत अगदी उजवं होतं. प्रस्थापित धनमांड्यांना हेवा वाटावा इतकं ते देखणं!

नामा आणि जनाला दररोज कुणाच्या तरी बांधाला रोजानं जावं लागायचं. त्यांच्या झोळीत लक्ष्मणही सोबतीला असायचा. रानावनातला ऊन, वारा आणि पाऊस त्याला झोंबत होता. त्याचं शरीर त्या परिस्थितीला स्वीकारत होतं आणि ती प्रतिकूल परिस्थितीच त्याला घडवत होती. बघता बघता तो पाचएक वर्षांचा झाला. लक्ष्मणच्या पाठीवर नामा-जनाच्या पोटी 'दासराव' हा दुसरा मुलगा जन्माला आला आणि लक्ष्मणची झोळीतली जागा धाकट्या दासरावानं घेतली. लक्ष्मण मात्र गावातल्या जिल्हा परिषदेच्या प्राथमिक शाळेत रडत-पडत शिकायला जाऊ लागला.

पहिल्या इयत्तेनंतर दुसरी, दुसरीनंतर तिसरी आणि चौथीचं शिक्षण गावातल्या देवळात, ग्रामपंचायतीच्या एका खोलीत भरणाऱ्या एक शिक्षकी शाळेत पूर्ण झालं. त्या काळात आजच्यासारखी ज्युनिअर आणि सीनिअर केजी किंवा बालवाड्यांची

नाटकं नव्हती. थेट पहिलीच्या वर्गातच प्रवेश मिळायचा. तिथं उजळणी, बाराखड्या आणि गोष्टी ऐकण्या-सांगण्यापुरतीच ती शाळा होती. सोबतीला काही शालेय खेळही शिकवले जायचे. जे काही त्या शाळेत होत होतं, त्यात लक्ष्मण अगदी आघाडीवर असायचा. फारसं न कळत्या वयात सारं काही भागूनही जायचं. चौथीच्या निकालानंतर मास्तरानेच गावाबाहेरच्या एका नव्या संस्थेच्या शाळेत इतर मुलांसह लक्ष्मणचाही दाखला परस्पर दाखल केला होता. त्याचा पत्ता नामाला होता ना जनाला. लक्ष्मणला तर कळायचा काही संबंधच नव्हता. जुन्या मास्तरच्या सांगण्याप्रमाणं सोबतीच्या पोरांसोबत तोही गावाबाहेरच्या नव्या शाळेत जात होता. नवीन शाळा गाव कुसाबाहेर अर्धाएक मैल अंतरावर होती. पोरा-पोरींना पायी चालत जावं लागे. लक्ष्मण पाचवीला शिकत होता. वाढत्या वर्गाप्रमाणं त्याचं वय नि समजही वाढत होती. सोबतची मुलं शाळेच्या परिसरात बसता-उठता, खाता-पिता गरीब आणि श्रीमंत असा भेदभाव करत असल्याचं लक्ष्मणला कळत होतं. त्याचा त्याच्या बालमनावर विपरीत परिणाम होत होता. इतरांच्या तुलनेत आपण फारच गरीब आहोत, याची जाणीवही लक्ष्मणला होत होती.

नवीन शाळा सुरू होऊन आठवडा झाला होता. पाचवीच्या वर्गात आलेली गावातल्या प्राथमिक शाळेची पोरं हायस्कुलात रुळायला लागली होती. नवीन विद्यार्थ्यांच्या वाढीव प्रवेशावरच संस्थेतल्या शिक्षकांचं भवितव्य अवलंबून होतं. प्रवेश वाढले तरच शिक्षकांच्या पदांना मंजुरी मिळणार होती. त्यामुळं शिक्षक मंडळी नवीन विद्यार्थ्यांना नव्या प्रवाहात आणण्यासाठी मेहनत घेत होते. नव्या विद्यार्थ्यांना लाडीगोडीनं वागवत होते. विद्यार्थ्यांवर वैयक्तिक लक्ष देत होते.

शाळेचा दुसऱ्या आठवड्याचा पहिला दिवस. पहिल्या चार तासिका संपून दुपारचा मध्यंतर झाला होता. याला दुपारची जेवणाची सुटी म्हटलं जायचं. शिक्षक मंडळी स्टाफ रूममध्ये, तर विद्यार्थी शाळेसमोरच्या ग्राउंडवर झाडाखाली गोल पंगतीनं जेवायला बसली. लक्ष्मणही वर्गातल्या पोरांसोबत जेवायला बसला. वडलांच्या धोतराच्या धुपटण्यात बांधून आणलेली भाजी-भाकरी तो खाऊ लागला. तितक्यात सरपंच मानाजीराव धनमांड्याचं लाडकं पोरगं रमेश पाठीमागून पळत आलं अन् त्यानं लक्ष्मणच्या पाठीत दफ्तर मारलं. ते तेवढ्यावरच थांबलं नाही, तर ते पंगतीत बसलेल्या एकाला म्हणालं, "आरं, हे अक्करमाशी नाम्याचं पोर आपल्यासोबत कसं काय बसलं जेवायला?"

त्यावर बाकीची पोरं हसायला लागली. लक्ष्मणला त्यातलं काही कळालं नाही; फक्त पाठीत मारल्याचं तेवढंच कळलं होतं. पाठीत दफ्तराचा जोराचा दणका बसल्यानं

त्याच्या घशातला घास घशातच अडकला होता. डोळ्यांत पाणी दाटलं होतं. आपण गरीब असल्यानं नेहमीप्रमाणं मस्तवाल रमेशनं खोडकरपणानं पाठीत दफ्तर मारलं असावं, अशी मनाला समजूत घालून त्यानं गपगुमान बसून जेवण आटोपलं. जेवणानंतर पोरं कबड्डी, सुरनापाणी, विटी-दांडू, बक्कम-बक्की खेळायची. काही जण काचोळ्या गोट्यांचा डाव मांडायची. मधली सुटी असल्यानं बरीचशी पोरं खेळत होती. लक्ष्मण मात्र झाडाखाली उभा राहून पोरांचा खेळ बघत होता. तेवढ्यात मानाजीरावाचं पोरगं रमेशनं बक्कम-बक्कीत फेकून मारलेला रबरी चेंडू झाडाखाली उभ्या असलेल्या लक्ष्मणच्या पुढ्यात येऊन पडला.

"आरं ए अक्करमाशीच्या लक्ष्या, टाक की त्यो चेंडू. दिसत नाही का तुला, हेंदऱ्या!" असं म्हणून हसत हसत रमेशनं पुन्हा उनाडपणानं हाक मारली. त्यावर बाकीची पोरं लक्ष्मणकडं बघून फिदीफिदी हसायला लागली. तेव्हा अक्करमाशी म्हणून रमेश आपल्याला कसली तरी शिवी देतोय, तेवढंच लक्ष्मणच्या ध्यानात आलं. मात्र त्याचा नेमका अर्थ काय तो त्याच्या बालमनाला उमगत नव्हता. अक्करमाशी या शब्दात काहीतरी गंभीर आणि खोलपणाचा अर्थ आहे. ती अत्यंत खालच्या दर्जाची हीन शिवी असावी, म्हणूनच बाकीची पोरं कुत्सितपणानं फिदीफिदी हसायला लागतात. लक्ष्मण अपमानित झाला होता. त्याच्या मनात अस्वस्थपणाची वावटळ उठली होती. त्याचं मन संवेदनशील असल्यानं त्यावर तो जास्तच विचार करत होता.

दुपारपासून लक्ष्मण थोडासा शांत आणि विचारमग्न दिसत होता. वर्गातही तो उदास होऊनच बसला. बहुधा रमेशकडून वापरलेल्या अक्करमाशी या शब्दामुळे तो मनोमन दुखावला गेला होता. अक्करमाशीचा अर्थ जाणून घेतल्याशिवाय त्याला चैन पडणार नसावी. दुखावलेल्या अवस्थेतच तो सायंकाळी घरी पोहोचला. नेहमीप्रमाणं तो हसत खेळत नव्हता. मोलमजुरीवरून घरी परतणाऱ्या आई-वडिलांची वाट पाहत घराच्या उंबऱ्यावर बसला होता. शेतशिवारातून कामावरची माणसं घराकडं परतत होती. सायंकाळचे सहा-सात वाजले असावेत. मृग संपून आर्द्राचं नक्षत्र सुरू झालं होतं. शिवारात सर्वत्र पेरण्या आटोपल्या होत्या. काळ्याभोर ढगांनी आभाळ दाटून आलं होतं. त्यामुळं अधिकच अंधारलं होतं. तेवढ्यात नामाच्या हातात कासऱ्यानं धरलेली म्हैस दारापुढं बसलेल्या लक्ष्मणकडं बघून हंबरली. म्हशीचं हंबरणं ऐकून तो उठला आणि नामाच्या हातातली म्हैस त्यानं दावणीला नेऊन बांधली. नामा डोक्यावरचा वैरणीचा भारा आडोशाला टाकून हातपाय धुवायला गेला. मागणं आई जना डोक्यावर टोपलं अन् काखेत दासरावाला घेऊन दमल्या-भागल्या पावलानं येत होती.

"आई, आज उशीर झाला ग यायला." लक्ष्मण म्हणाला.

"काय करणार बाबा! राहिलेलं काम झाल्याबिगर शेतधनी येऊ देत नव्हता. पुन्हा म्हशीला वैरण आणण्यासाठी तुझा बाप गेल्ता आबाच्या मळ्यात. त्यामुळं झाला उशीर थोडा. बरं, तू कधी आलास शाळंतून?"

दिवसभराच्या कामानं वैतागलेल्या आईनं एका दमात खुलासा करून लक्ष्मणची चौकशी केली.

जनानं दार काढलं. कंदील लावला. दासराव वाटंतच तिच्या काखेत झोपला होता. त्याला बाजंवर टाकलं. लक्ष्मणानं दाराच्या बाहेर ठेवलेलं शाळेतलं दफ्तर घरात घेतलं. तोपर्यंत नामा हातपाय धुऊन घरात आला होता. आल्या आल्या तोही बाजेवर उताणा झाला. दिवसभर काम करून तो थकला होता. आईनं चुलीपुढची झाडलोट केली. छप्परातलं सरपण चुलीपुढं आणून ठेवलं. रात्रीच्या जेवणाची तिला तयारी करायची होती. तितक्यात नामानं पडल्या जागेवरूनच जनाला बिनदुधाचा काळा चहा बनवून द्यायला सांगितला. जनाही थकली होती. ते गरम गुळवणी पिऊन तिलाही थोडीशी तरतरी येणार होती. जनानं साखर-पत्तीचा डबा उघडला. डब्यात साखरच काय, पण चहापत्तीही नव्हती. गाडग्यात बघितलं तर फक्त गुळाच्या ढेपीचे पाच-दहा लाल-काळे खडे होते.

जना म्हणाली, "लक्ष्मण, तुलाही चहा देते. तुलाबी थोडं बरं वाटंल. गुळाचा चहा करू. चहापत्ती संपलीय. सावकाराच्या दुकानातून पत्ती घेऊन ये. त्या गाडग्यातलं चिपटाभर जुंधळं घेऊन जा आणि पत्ती आण. येताना आक्काच्या वाड्यात जा. तिथून मापटंभर दूधबी घेऊन ये दासूसाठी. तो उठल्यावर पिऊन झोपी जाईल. तोपर्यंत मी आदण ठेवते. आज तुझा बाप लय थकलाय. दिवसभर चिखलात काम केलंय त्यानं. चहा पिऊन झाल्यावर पिठलं-भाकर करते. खाऊ समदी जण बसून निवांतपणी."

चहापत्ती आणि दूध आणलं. चहाचं आदण बाजूला ठेवून जनानं दासरावासाठी दूध गरम केलं. ते दासरावाला बळंबळं पाजलं आणि त्याला परत झोपवलं. त्यानंतर काळा चहा केला. तिघांनीही तो आरबळून आनंदानं पिला. त्यानंतर जना स्वयंपाकाच्या कामाला लागली. तिकडं आईचा स्वयंपाक सुरू असताना इकडं नामा आणि लक्ष्मणच्या गप्पा सुरू झाल्या. इकडच्या-तिकडच्या गप्पानंतर दिवसभर दासरावांनं रानात केलेल्या करामतीची गमतशीर चर्चा झाली. त्यानंतर नामानं 'शाळंत काय काय शिकवत्यात?' असा प्रश्न विचारला. त्यावर लक्ष्मणनं अगदीच आपले गाल फुगवले आणि म्हणाला, "बाबा बाबा, तो सरपंचाचा रम्या मला सारखाच चिडवतो अन् मारतोसुद्धा."

"तिथंच तू तुझ्या मास्तरला सांगत जा की, मास्तर सांगंल त्याला नीट समजावून.

मग तो तुला नाही मारायचा परत." नामानं सल्ला दिला.

लक्ष्मणनं मान हलवून होकार दिला आणि पुन्हा म्हणाला, "बाबा, अक्करमाशी म्हणजी काय हो?"

तो शब्द ऐकून नामाचा चेहरा पडला. नामा काहीच बोलला नाही. त्याने केवळ सुस्कारा सोडला आणि शांतच राहिला. चुलीपुढं स्वयंपाक करणारी जनाही ते ऐकत होती. तीही त्यावर काहीच बोलली नाही; पोराच्या तोंडचे ते शब्द ऐकून नामाचं काळीज मात्र भेगाळलं. त्याच्या मनात पुन्हा बदनामीच्या त्या जुन्या आठवणी आपोआप जाग्या झाल्या. बापाचा पडलेला चेहरा पाहून लक्ष्मणनंही त्या विषयाला तात्पुरती बगल दिली; मात्र बापाच्या पडलेल्या चेहऱ्यानं त्याचं अक्करमाशी शब्दाचं गांभीर्य अधिकच वाढलं होतं.

रात्रीचं जेवण आटोपलं होतं. जना दुसऱ्या दिवसाची सकाळची कामं आटोपत होती. लक्ष्मणही गृहपाठाचं काम सारून आई झोपायची त्या अथंरुणावर तिच्या शेजारी जाऊन पडला होता.

"काय रं लक्ष्मण, तुझं अन् सरपंचाच्या पोराचं काय भांडण-फिंडण झालं हुतं का?" जनानं झोपता झोपता लक्ष्मणला विचारलं.

"हं." लक्ष्मण म्हणाला.

"काय झालं, मारलं फिरलं का त्यानं तुला?" जनानं विचारलं.

"व्हय, आज पाठीत दफ्तरानं मारलं. नेहमीच मारतो तो मला. अन् आज दुपारी अक्करमाशी म्हणून शिवीपण दिली मला. आई, अक्करमाशी म्हणजी काय ग? तो मला नेहमी तस्संच म्हणतो." लक्ष्मणने त्याबद्दल आईलाही तक्रारीच्या सुरात विचारलं.

"राहू दे बाबा, काय म्हणायचं ते म्हणू दे त्येला. घालवू दे त्येच्या तोंडाची वाफ. लय खानदानी लागून गेलाय त्यो! नको त्येच्या नादी लागत जाऊ. तुझं तू शाळंत मास्तरनं शिकवलेलं तेवढं शिकत जा अन् गुमान घरी येऊन बसत जा."

जनानं लक्ष्मणच्या डोक्यावर हात फिरवून त्याला दिलासा दिला. लक्ष्मणला आईचे बोल ऐकून बरं वाटलं; पण आईकडूनही त्या शब्दाची उकल त्याला झाली नव्हती.

चार-पाच दिवसांनी रविवारची सुटी होती. घरी कुणीच नव्हतं. शेजारी राहणारा महादूही त्या दिवशी जनावरांमागं गेला नव्हता. बहुधा त्याने कामाला बुट्टी मारली असावी. तसा तो थोडासा लहरी आणि मनमौजी स्वभावाचा होता. महादूचे सारे नको ते धंदे लक्ष्मणला माहीत होते. सालानं गुराखी म्हणून गुरं राखणारा महादू हा लक्ष्मणचा चुलतभाऊ. लक्ष्मणपेक्षा सात-आठ वर्षांनी मोठा होता. तो बरेचदा छोट्या-मोठ्या चोऱ्याचपाट्याही करायचा. त्यातून आलेल्या पैशांत खाण्या-पिण्याची चैन करायचा. चोरून बिड्याही फुकायचा. बिड्या फुकण्याचे आपले धंदे घरात किंवा अन्य दुसऱ्या

कुणाला सांगू नयेत, म्हणून तो लक्ष्मणला अधूनमधून गोळ्या-बिस्किटंही खायला द्यायचा. त्यामुळं दोघांचं सूत बऱ्यापैकी जुळत होतं. महादूही लक्ष्मणला बऱ्याचदा आधार देत असे.

लक्ष्मण एकटाच दारात बसलेला बघून महादू म्हणाला, "काय रं लक्ष्या, आज गेला न्हाईस शाळंत?"

"आज रविवार आहे. शाळेला सुटी असते. माहीत नाही होय तुला?" लक्ष्मण म्हणाला.

"व्हय की, खरंच हाय. रविवार असल्याचं मी इसरलोच की रं लक्ष्मण. चल जाऊ वढ्याला." महादू म्हणाला.

"अन् आता! नको रं बाबा, मी सकाळीच उरकून आलोय."

"आ.. रं.. चल, नुस्तं सोबतीला चल. झाडाखाली बसून घटकाबर गप्पाबी मारू." महादू म्हणाला.

"बरं, चल तर चलं." लक्ष्मण म्हणाला.

महादूनं हौदातल्या पाण्यानं डबा भरला. खोपटाच्या वळचणीला लपवून ठेवलेला गोविंद बिड्यांचा कट्टा आणि काड्यांची पेटी बनियनच्या खिशात टाकली. महादू नेहमीच संडासला बसताना बिड्या ओढत असल्याचं लक्ष्मणला माहीत होतं.

गावालगतच्या ओढ्याजवळ दोघंही पोचली. महादू थोडासा अंग चोरून; परंतु झपाझपा चालायला लागला. बहुधा त्याचं प्रेशर वाढलेलं असावं. लक्ष्मण मात्र संथ गतीनं चालत होता. चालता चालता तो एका मोठ्या लिंबाच्या झाडाखाली थोडीशी स्वच्छ जागा बघून बसला. बऱ्याच वेळानं महादूही त्याचं आटोपून लक्ष्मणजवळ आला. त्याच्या हातात बिडीचं जळतं थोटुक होतं. अधूनमधून त्याचे झुरके मारत तोंड वर करून तो नाका-तोंडातून धुरांची वलयं बाहेर सोडत होता. त्याची त्याला मोठी गंमत वाटायची. बिड्या ओढण्यात तो स्वतःला सराईत समजायचा.

झाडाखाली बसल्या जागी महादू गावात घडणाऱ्या बारा भानगडी चव लावून सांगत होता; पण लक्ष्मणाचं त्याकडं फारसं लक्ष नव्हतं. त्याच्या मनात रमेशकडून वारंवार वापरल्या जाणाऱ्या अक्करमाशी शब्दानं मोठं घर करून ठेवलं होतं. त्या शब्दाचा नेमका अर्थ महादू सांगू शकेल, याची त्याला खात्री होती. ते हेरून लक्ष्मणनं थेट मूळ विषयालाच हात घातला आणि महादूला विचारलं,

"महादा, अक्करमाशी म्हणजी काय रं?"

महादू हजरजबाबी होता. बऱ्याचदा तो कुणी काही न विचारताही कसलीही माहिती कुठलाही आडपडदा न ठेवता सांगायचा. लहान पोरांसोरांत तर तो अगदीच

पुढारलेपणानं बोलायचा. आता तर खुद्द लक्ष्मणनंच माहिती विचारली होती. तीही महादूला आवडणाऱ्या पानचट विषयाची!

महादू जोरजोरानं हसला. मग थोड्यावेळाने शांत होऊन अक्करमाशी या विषयावर तो अगदी रंजकपणे लेक्चर देऊ लागला. अक्करमाशी विषयावरच्या महादूच्या लांबलचक आणि रंगेल व्याख्यानावरून अक्करमाशी म्हणजे जातीबाहेरचं किंवा जाती अंतर्गत अनैतिक संबंधातून जन्माला आलेली संतती किंवा बळजबरीनं वा सहमतीनं झालेल्या लैंगिक शोषणातून जन्माला आलेला अनौरस वंश, जो की सामाजिकदृष्ट्या बहिष्कृत वा तुष्ट समजला जातो.

महादूच्या त्या व्याख्यानानं अक्करमाशी शब्दाची लक्ष्मणला बऱ्यापैकी उकल झाली होती. नेमकेपणाने अर्थ समजल्यानंतर सरपंचाचा रमेश त्याला सारखा 'अक्करमाशी' म्हणून शिवी देत असल्याचं लक्ष्मणनं सांगितलं.

"महादा, तो रम्या मलाच अक्करमाशी म्हणून का शिवी देत असावा रं?"

लक्ष्मणचा हा प्रश्न ऐकून महादूही थोडासा अवाक्‌च झाला. कारण अक्करमाशीचा अर्थ त्यानंच इतक्यात अगदी पाल्हाळीकपणाने वर्णन करून सांगितला होता. लक्ष्मण तर त्याचा नात्याने लांबून जवळून चुलतभाऊच पडत होता. आपल्याच भाऊबंदकीतील अनैतिक गोष्ट, तीही आपल्यावर विश्वास ठेवणाऱ्या लहानग्या लक्ष्मणला कशी सांगावी, असा पेच आता महादूसमोरच पडला होता. त्यातून लक्ष्मणचं मन दुखावण्याचीही शक्यता होती. त्यामुळं महादूचा एकूणच चेहरा पडला होता.

महादू लक्ष्मणला आधार देऊन विषयाला बगल देण्यासाठी म्हणाला, "कोण तो सरपंचाचा रम्या, काय म्हणतो तो तुला?"

"तो मला नेहमीच अक्करमाशी म्हणून हिणवतो. त्याचा मला त्रास होतोय."

"मी त्येला धरून देऊ का दणकं? म्हणजे तो पुन्हा तुझ्या नादी लागायचा नाही."

"नको. विषय विनाकारण वाढत जाईल. आपल्या गरिबीला नाही परवडायचं ते. असू दे. वेळ आल्यावर बघू. बरं, मला खरं खरं सांग की कुणाचं काय झालंय, म्हणून तो मला अक्करमाशी म्हणतोय."

"जाऊ दे, कशाला विचार करतुस, नको त्येचा?"

"नाही महादा, खरं सांग काय ते."

"जाऊ दे म्हणतो नं मी..."

"नाही महादा, तुला सांगावंच लागंल, काय ते खरं खरं."

"न्हाय, मला माहीत न्हाय."

"नाही, महादा तुला सांगावंच लागंल. तुला माझी शपथ."

लक्ष्मणनं शपथ घातल्यानं महादूचा नाइलाज झाला.

"आरं..एऽऽ ए... येड्या.. आपल्या खानदानाला कधीतरी बाट लागला व्हता म्हणत्यात." महादू म्हणाला.

"म्हणजी?"

महादूला अधिक बोलतं करण्यासाठी लक्ष्मणनं लगेच पुढचा प्रश्न टाकला.

"सांगतो; पण कुणाला सांगायचं न्हाय हं..." महादू म्हणाला.

"नाही सांगणार. तू सांग तर खरं मला, काय ते तर कळू दे." लक्ष्मण म्हणाला.

"आरं बाबा, आपल्या आज्यानं गावाबाहेरच्या वाड्यातली, खालच्या जातीतली एक बाई ठेवली होती. लग्नाच्या बायकोबरोबर त्या ठेवलेल्या बाईलाबी पोरं झाली. त्यातून आपला वंश दुहेरी वाढलाय. म्हणून आपल्याच लोकांनी आपल्या खानदानाला पार वाळीत टाकलं होतं. आता कुठं लोकं आपल्याला बोलायला तरी लागल्यात. इतकी वर्षं तर कुणी बोलतपण नव्हतं. म्हाताऱ्यानं कूळ बाटवलं, असं म्हणत्यात लोकं. काय खरं, काय खोटं देवालाच माहीत." महादूनं एका दमात कुळाचा सारा इतिहास सांगून टाकला.

"एक करतो अन् सगळ्यांना ते भोगावं लागतं बघ." असं म्हणून लक्ष्मणनं सुस्कारा सोडला.

लक्ष्मण विचार करत होता. त्याचं मन तळमळत होतं. त्यानं न केलेल्या सामाजिक गुन्ह्याची शिक्षा लक्ष्मण भोगत होता. भानगड आज्यानं केली होती, त्याचे भोग मात्र किती पिढ्या भोगणार याचं कोडं त्याला पडलं होतं. 'जुन्या घटनेबद्दल आताही लोकं आपल्याला का त्रास देतात? आपण तरी तो का सहन करायचा?' असा विचार लक्ष्मण करत होता.

चार-पाच वर्षांचा कालावधी लोटून गेला. संस्थेच्या शाळेतून लक्ष्मण सर्वाधिक चांगल्या गुणांनी मॅट्रिक उत्तीर्ण झाला. सातत्यानं लक्ष्मणच्या बाबतीत उनाडक्या आणि कुटीलपणानं कारस्थानं करणारा रमेश धनमांडे सपाटून नापास झाला, हे विशेष! दरम्यानच्या काळात लक्ष्मण शैक्षणिक, प्रापंचिक, सामाजिक, धार्मिक, राजकीय आणि इतर सर्वच अनुभवांतून समजदार, तितकाच कणखर आणि तितकाच बंडखोरही बनत चालला होता. परिस्थितीनं त्याला तसं बनवलं होतं. जसजसा तो बाल्यावस्थेतून तारुण्यात जात होता, तसतशी त्याच्यात समज आणि परिस्थितीविरुध्द बंड करण्याची ताकदही वाढत होती.

शालेय जीवनातले चांगले-वाईट असे अनेक अनुभव त्याने घेतले होते. गावात आणि परिसरात विविध सामाजिक आणि धार्मिक घटनांकडे तो बारकाईने पाहत होता. स्वातंत्र्यदिन, प्रजास्त्ताकदिन, शिवजयंती, गणेशोत्सव आदींसारखे शालेय उत्सव,

दसरा-दिवाळीसारखे सण असोत, की गावातलं कुणाचं लग्न असो वा मुंजीचे समारंभ असोत, धनदांडग्या आणि प्रस्थापित लोकांचाच त्यात सन्मानजनक वावर आणि सहभाग असायचा. त्यांचा डामडौल आणि थाटमाट वेगळाच असायचा. धनदांडग्यांची चलती असायची. कुठल्याही समारंभ सोहळ्यात त्यांचाच झगमगाट असायचा. मात्र इतर उपेक्षितांच्या आनंद सोहळ्यातही साधेपणा आणि दारिद्र्य दिसून यायचं. लक्ष्मणसारख्या उच्च जातीत जन्माला येऊनही परिस्थितीनं उपेक्षित असलेल्यांच्या नशिबी मात्र केवळ वनवास आणि अपमानच होता. अगदी मयताच्या कार्यक्रमातही तो फरक दिसून येत असे. एकूणच, धनदांडगे आणि प्रस्थापितांची रमेशसारखी मातब्बर पोरं अधिकारशाहीनं, रुबाबात वावरायची. इतर गरीब पोरं मात्र अगदी गुलामासारखी लाचार होऊन जगायची. लक्ष्मणसारखा एखाद् दुसराच मनातल्या मनात चरफडायचा. त्यातून त्याची बंडखोर प्रवृत्ती अधिकच धारदार बनत होती.

आता त्याने पक्का निर्धार केला होता, की कुठल्याही परिस्थितीत आणि कोणत्याही थराला जाऊन झटपट श्रीमंत होऊन सातत्यानं आपल्याला दूषणं देणाऱ्यांना धडा शिकवायचा. श्रीमंती हाच मान उंचावण्याचा, प्रतिष्ठेने जगण्याचा मार्ग आहे! असाच काहीसा त्याचा समज होऊन बसला होता. पैसा, श्रीमंती, प्रतिष्ठा, सत्ता आणि त्यातून पुन्हा पैसा हीच जगण्याची दिशा त्याला दिसत होती. पैसा आणि श्रीमंतीपुढं सारे गुन्हे, अपराध दुर्लक्षिले जाऊ शकतात, असा त्याचा समज झाला होता. त्या काळात तो मॅट्रिक झाला. तेही चांगल्या मार्कांनी. परिस्थितीनं त्याच्या डोक्यात नको ती वावटळ उठवली नसती, तर लक्ष्मणचं भविष्य त्याला वेगळ्याच मार्गानं घेऊन गेलं असतं; पण नियतीला काही वेगळंच घडवायचं असेल!

लक्ष्मण चांगल्या मार्कांनी मॅट्रिक झाल्याचा आनंद अडाणी आई-वडिलांना झाला होता. थोरल्या मुलाच्या निमित्तानं घराचं कल्याण होईल, पोटापाण्याचा प्रश्न सुटंल, याची त्यांना खात्री पटली. नोकरीनिमित्त जिल्ह्याच्या ठिकाणी शहरवस्तीला जाणार असल्याचं लक्ष्मणनं त्यांना सांगितलं. पुढचं शिक्षण घेण्याचं वय असतानाही लक्ष्मणनं शहरात जाऊन एक-दोघांच्या ओळखीनं जिल्हा रुग्णालयात कंपाउंडरची नोकरी मिळवली. त्या काळात दहावीनंतर सहज नोकरी मिळायची. विविध साथरोगांच्या त्या काळात दवाखान्यातली कसल्याही पदाची नोकरी फार महत्त्वाची वाटायची. साऱ्या जावळी गावात नामाचं पोरगं लक्ष्मण सरकारी दवाखान्यात डॉक्टर म्हणून नोकरीस लागल्याची बातमी पसरली. निरक्षर गावकऱ्यांना डॉक्टर आणि कंपाउंडरमधील फरक कळण्याचं काही कारणही नव्हतं. 'लक्ष्मण फार सुधारला, मोठा झाला.' गावभर एवढीच चर्चा होती. गावकरी तोंडात बोटं घालत होते. लक्ष्मणचा तिरस्कार करणाऱ्या

त्याच्या समवयस्क तरुणांची तोंडं मात्र काळवंडली होती. रमेशराव धनमांडे आणि गावातली त्याच्या समवयस्क हितचिंतकांचा जळफळाट तर दखल घेण्यासारखाच होता. लक्ष्मणला सरकारी नोकरी लागली, यावर विश्वासच ठेवायला ते तयार नव्हते. ते त्यांना आवडणारंही नव्हतं; पण गावकऱ्यांकडून लक्ष्मणच्या होत असलेल्या प्रशंसेपुढं अन् गावभरच्या चर्चेपुढं त्यांचं काही चालतही नव्हतं. तर दुसरीकडं नामा-जनाचा आनंदानं ऊर भरून येत होता.

लक्ष्मणनं शहरात राहायला सुरुवात केली. अगदी तन्मयतेनं तो कंपाउंडरचं काम करत होता. रुग्णांची सेवा करत होता. डॉक्टरांच्या सहवासात राहून तो वेगवेगळे प्रथमोपचार अल्पावधितच शिकला होता. तेवढा तो चंचल स्वभावाचा होता. डॉक्टरांच्या गैरहजेरीत रुग्णांची सोय होत होती. डॉक्टरांनाही तेवढीच सवड मिळायची. असं अनेक दिवस सुरू राहिलं. पगारापोटी येणारा पैसा येत होता; पण त्यातून त्याला श्रीमंत होण्यासाठी बराच काळ लागणार होता. तेवढा दम मात्र त्याला निघत नव्हता. त्याला झटपट पैसा कमवून लवकर श्रीमंत व्हायचं होतं. शालेय जीवनात गावातल्या पोरांकडून आणि गावकऱ्यांकडून झालेल्या अपमानाचा बदला त्याला घ्यायचा होता. त्यासाठी तो दिवस-रात्र मनोमन चरफडत होता. दिवसा काम करून रात्रीचा वेळ त्याच्याकडं शिल्लक असायचा. त्यानं त्याही वेळेत एका खासगी दवाखान्यात रात्रपाळीची नोकरी पत्करली. अहोरात्र परिश्रम घेण्याची त्याची तयारी होती. तो दिवस-रात्र पैसा कमवू लागला. यातून त्याचा आत्मविश्वास वाढला. आपण खूप श्रीमंत होऊ शकतो, याची त्याला खात्री पटली. रुग्णांवर प्रथमोपचार करण्यात त्याचा हात बऱ्यापैकी साफ झाला होता. काही औषधं-गोळ्यांची कामापुरती ओळखही झाली होती. सुटीच्या दिवशी तो जवळपासच्या गावा-गावातून डॉक्टर म्हणून गावकी करू लागला. हातात तो डॉक्टरसारखी लेदरची बॅग घेऊन फिरत असे. त्यात औषधं, गोळ्या आणि इंजेक्शन्स असायची. त्याच्याकडून होणाऱ्या प्रथमोपचाराने रुग्ण बरेही होऊ लागले. गंभीर आजारानी ग्रस्त रुग्णांना मात्र तो रात्रपाळीच्या खासगी दवाखान्यात दाखल करत असे. त्यापोटी त्याने त्या डॉक्टरांकडूनही कमिशनचे व्यवहार सुरू केले. खासगी दवाखाना, परिसरातली संबंधित औषध दुकानं, यांनाही त्याने सोडलं नाही. या माध्यमातून त्याचं विविध गावांतल्या रुग्णांशी, संबंधित डॉक्टर आणि औषधी दुकानदारांचं व्यावसायिक जाळं निर्माण झालं. बघता बघता त्याची ख्याती वाढत गेली. सर्वार्थाने त्याची सामाजिक पत वाढत होती. त्याच्या आर्थिक स्थितीलाही बरीच मजबूती प्राप्त झाली होती. लक्ष्मणने केवळ दीड-दोन वर्षांच्या कालावधीत जिल्ह्याच्या ठिकाणी चार खोल्यांचं टुमदार घर खरेदी केलं. आता त्याचं चांगलं बस्तान बसलं होतं. सारा आनंदी आनंद सुरू होता.

एके दिवशी नामा, जना आणि धाकटा भाऊ दासराव लक्ष्मणकडं शहरातल्या घरी दोन-चार दिवसांचा वेळ काढून आले. पोराचं वैभव बघून साऱ्यांना आनंद झाला. आपलं कर्तृत्व दाखवण्यातही लक्ष्मणला अभिमान वाटत असावा. रात्रीच्या जेवणानंतर सगळे जण मस्तपैकी गप्पा मारत बसले होते. बोलता बोलता जना म्हणाली, "लक्ष्मणा, एक बोलायचं होतं. बोलू का?"

"बोल की, काय बोलायचं ते. विचारतेस कशाला?" लक्ष्मण म्हणाला.

"तुझं आता सगळं चांगलं झालंय. लोकांची आपल्याकडं बघण्याची नजरबी बदलली आता. अनेकांचे तुझ्या लग्नासाठी सांगावे यायला लागलेत. कुणाला नको म्हणायलापण जड जातंय बघ."

"मग?" लक्ष्मणनं विचारलं.

"तसं नाही. तुझ्या मामाचापण आपल्या घरात त्याची पोर पार्बतीला द्यायचा विचार आहे."

"मग?" पुन्हा लक्ष्मणनं तसाच प्रश्न टाकला.

"मलाबी बरं वाटतंय. आपलं ते आपलंच असतंय. कमीजास्तीचं वळखून नांदल ती आपल्या गरिबाच्या घरात. कुठला वगळ निघणार नाही. तुझीबी पोटापाण्याची सोय होईल. तसा तो चांगला हुंडाबी देतो म्हणतोय. बघ विचार कर. त्यासाठीच आम्ही सारे तुझ्याकडं वेळ काढून आलो होतो." जनाने अधिक खुलासा केला.

"आई, तुम्ही का आलात, असं मी म्हणालो का कधी? राहा की इथंच. हे घर माझं एकट्याचं थोडीच आहे. हे तुमचंपण आहे की!" लक्ष्मण विषय बदलण्यासाठी तसं म्हणाला.

"तसं नाही रं बाबा, मला काय तसं म्हणायचं नाही; पण लग्नाबद्दल सविस्तर विचारता येईल म्हणून मुद्यामहूनच आलो होतो."

"ठीक आहे. बोलतो, विचार करून. तुम्ही आहात की अजून दोन-तीन दिवस. मग घाई कशाला?" लक्ष्मण म्हणाला.

लक्ष्मणनं इतक्यात लग्नाचा विचारच केला नव्हता; पण आईनं विषय काढला म्हणून त्यावर विचार करायला हरकत नव्हती. तसा तो सतरा-आठरा वर्षांचा झाला होता. त्याच्या बरोबरच्या पोरांचीसुद्धा लग्नं होत होती. गावात रमेश धनमांडे आणि इतर समवयस्कांची लग्नं उरकली होती. रमेश धनमांडेची बायको तर पाच-सहा महिन्यांची गरोदरही होती. तसा लक्ष्मण प्रत्येक बाबतीत रमेश धनमांड्याची बरोबरी करायचा. दोघांमध्ये पक्कं वैर निर्माण झालं होतं. आपणही रमेशच्या तुलनेत कशात मागं राहायला नको, अशी लक्ष्मणची भावना होती. तसे त्याच्या लग्नासाठी बरेच पाहुणे म्हणून येत

असल्याचंही तो ऐकून होता. आता तर लक्ष्मणचा सख्खा मामाच त्याची लाडकी पोरगी पारू त्याला द्यायला तयार झाला होता.

जनानं लग्नाचा विषय काढल्यानं लक्ष्मणच्याही भावना अधिक वेगानं चाळवल्या जाऊ लागल्या. तो विचार करत होता, गावातल्या बहुतांश पोरांची लग्नं झाली होती. विशेषत: रमेशबाबत तो अधिक बरोबरीचा विचार करत होता. रमेशची बायको खात्यापित्या श्रीमंत घरची लेक होती. दिसायला जाडजूड आणि सावळ्या रंगाची होती. रमेशचा जमीनजुमला बघून तिच्या बापानं मुबलक हुंडा देऊन तिला रमेशच्या गळ्यात बांधली. सोयीरपण नात्या-गोत्यातलं असल्यानं सारं काही आलबेल दिसत होतं. रमेशच्या बायकूच्या तुलनेत लक्ष्मणच्या मामाची मुलगी पार्वती - पारू बोलायला थोडीशी बोबडी-तोतरी असली, तरी दिसायला गोरीगोमटी होती. गाल गोबरे असले, तरी तिच्या शरीरयष्टीला शोभणारे होते. रमेशच्या बायकोच्या तुलनेत ती कैकपटीनं उजवी होती. फरक एवढाच, की लक्ष्मणचा मामा रमेशच्या सासऱ्याइतका श्रीमंत नव्हता. तरी पण तोही बऱ्यापैकी पैसाअडका जमवून होता. लक्ष्मणचा विचार सोयीरपणाच्या दृष्टीनं जुळत होता.

दुसऱ्या दिवशी पुन्हा नामा आणि जनानं लक्ष्मणकडं लग्नाचा विषय काढला. जना म्हणाली, "लक्ष्मणा, झाला का रे तुझा विचार?"

"काय आई, आता इतक्या लवकर कशाला म्हणतो मी लग्न करायचं?" लक्ष्मण म्हणाला.

"म्हणजे काय? काय म्हातारपणी करायचं म्हणतोस का काय मग?"

"तसं नाही, पण... तुमचा जास्तच आग्रह दिसतो तर बघा तुमचं तुम्हीच विचार करून. मी थोडंच तुमच्या पुढं जाणार आहे!" लक्ष्मण शांतपणे म्हणाला.

"विचार नाही. तुला काय म्हणायचंय ते खरं खरं सांग."

"पारू थोडी तोतरी बोलते, नाही का?"

"मग काय होतंय. दुनियेत तीच एकटी तोतरी आहे का?" जना जरा रागानं म्हणाली.

"तसं नाही; पण मला जे वाटलं, ते मी सांगितलं. तुमच्या साऱ्यांच्याच मनात असंल, तर तसं होऊन जाऊ द्या मग! पण माझी एक अट आहे!" लक्ष्मणनं सशर्त तयारी दर्शवली.

"काय?" जनानं नजर रोखून विचारलं.

"हुंडा मला शोभण्यासारखा पाहिजे. देणार आहे का मामा?"

"शोभण्यासारखा म्हणजी?" जना थांबायला तयार नव्हती. तिनं तत्काळ प्रतिप्रश्न केला.

"सरपंचाचं पोर रम्यापेक्षा जास्तीचा हुंडा द्यायला पाहिजे मला मामानं!" लक्ष्मणही

आवाज चढवून म्हणाला.

"अरे बाबा, त्या रम्याची बला आपल्याला कशापायी रं? त्याला किती जमीनजायदाद आहे, माहीत नाही व्हय तुला? त्याची अन् आपली बरोबरी तरी कशी होईल बरं? रम्याचा सासरापण मोठा आसामीवाला आहे. तुझ्या मामाची तेवढी ताकद कशी व्हईल? आपणपण अंथरूण बघून पाय पसरायला नको का?" जनाने प्रश्नांची मालिकाच लावली.

"ते काही मला माहीत नाही. मीपण काही कमी नाही. चांगला सरकारी नोकरीवाला आहे. हुंडा माझ्या मनाप्रमाणं मिळत असंल, तरच मी पारीबरोबर लग्न करीन, नाहीतर नाही!" लक्ष्मणनंही स्पष्ट सांगून टाकलं.

"बरं, पारू तरी पटतीये नव्हं तुझ्या मनाला?" जनाने महत्त्वाचा नि अखेरचा प्रश्न विचारला.

"माझ्या मनाप्रमाणं हुंडा मिळणार असंल, तर मी तिला फुलागत सांभाळीन. नावं नाही ठेवणार तिला कधी." लक्ष्मणनं अगदी स्पष्टपणे पसंती कळवली.

"अरे पण, तेवढ्या हुंड्याचं काय खूळ घेऊन बसलास डोस्क्यात? पाहुणा देईल की त्याला झेपंल तेवढं." शांत बसून असलेला नामा अखेर बऱ्याच वेळानं बोलला.

"नाही बाबा. मला त्या माजोर रम्यापेक्षा जास्तीचाच हुंडा घेऊन दाखवायचाय साऱ्या गावाला. मीपण काही कमी नाही, तेच दाखवायचंय मला त्यांना! प्रत्येक बाबतीत त्याचा माज जिरवायचाय मला. एक दिवस तरी मी त्याच्यापेक्षा अधिक श्रीमंत होऊन दाखवीन! रम्यापेक्षा लक्ष्मणला जास्तीचा हुंडा मिळाला, असं साऱ्या गावानं म्हणलं पाहिजे. त्यासाठी रम्याला जेवढा हुंडा मिळाला त्याच्यापेक्षा शंभर रुपये तरी मला अधिकचा हुंडा पाहिजेच!" लक्ष्मणनं सारा खुलासा करून टाकला.

रमेशच्या वांडाळ वागण्यामुळं लक्ष्मण खूपच दुखावला गेला होता. त्याच्या डोक्यात रमेशची बरोबरी करण्याची खूणगाठ बांधली गेली असल्याचं नामा आणि जनालाही कळत होतं; पण ते काहीही असलं तरी, त्यानं सोयीरपणाला होकार दिल्यातच ते दोघं समाधान मानत होते. देण्या-घेण्यावरून काही अडणार नाही, याची त्यांना खात्री वाटत होती.

लक्ष्मणचा निरोप घेऊन तिघंही जावळीला परतले. लक्ष्मण लग्नाला तयार झाल्यामुळं धाकटा दासरावही आनंदात होता. कारण इतरांप्रमाणं त्यालाही भावाच्या लग्नात थाटामाटानं वावरण्याची संधी मिळणार होती. तशी स्वप्नंही तो रंगवू लागला होता.

ग्रामीण भागातल्या पद्धतीनुसार नाही-होय म्हणत, आढे-वेढे घेत अखेर लक्ष्मणचं आणि पारूचं लग्न जमलं. मनाप्रमाणे रग्गड हुंडा त्याला मिळाला. रमेश धनमांड्यापेक्षा

अधिकचा हुंडा मिळाल्यानं लक्ष्मणचा सबंध गावात रुबाब वाढला होता. बघता बघता ठरल्याप्रमाणे वरपित्याच्या दारात म्हणजे जावळीलाच लक्ष्मणच्या मामानं भाचा आणि पोरीचं थाटामाटानं द्विअंगी लग्न उजवून दिलं. साऱ्या गावाला आवतान दिल्यानं गावजेवणाच्या पंगती झडल्या. लक्ष्मणकडूनही मनाजोगं श्रीमंतीचं प्रदर्शन झालं होतं. ग्रामीण भागात आजही श्रीमंतीचं मोजमाप हे अन्नदानातूनच होत असतं.

वाढलेला आत्मविश्वास, बाळगलेला ईर्षाभाव आणि कमालीच्या चिकाटीतून साऱ्या घडामोडी लक्ष्मणच्या बाजूने घडत गेल्यानं त्याला गर्वाचा कैफ चढला होता. नियतीनं अनैतिक; परंतु लक्ष्मणसाठी लाभदायक ठरावा असा एक नाजूक मार्ग अचानकपणे त्याला येऊन मिळाला. गावाकडची मागच्या वाड्यातली बालपणची मैत्रीण मीनल त्याच्या नशिबात आली. पारूसोबतच्या वैवाहिक सहजीवनात शरीरसुखाला चटावलेला लक्ष्मण मीनललाही प्रतिसाद देऊ लागला. हायस्कूलमध्ये असताना अनेकविध प्रयत्न करूनही मीनलच्या तो हाती लागला नव्हता. शालेय जीवनात आंबट-गोड बोलणं आणि खेळण्या-उधळण्या पलीकडं त्या दोघांचा प्रेमाचा गाडा काही पुढं गेला नव्हता. कारण त्या काळात लक्ष्मण एका विशिष्ट ध्येयानं पेटला होता. त्यानंतर त्याच्या आयुष्यात चार-दोन चांगल्या घटना घडल्या अन् त्याचा सूडाग्नी थोडासा थंडावला गेला. त्याचं दुसरं कारण असं की, लग्नानंतर तो काहीसा संसारसुखातही बुडून राहिला. संसारसुखाच्या पाच-सहा वर्षांत लक्ष्मणला तीन मुलं झाली, त्यात दोन मुलं आणि एक मधवी मुलगी हेमा. ती लक्ष्मणची अधिक लाडकी. थोरला मुलगा प्रकाश आणि धाकटा चंद्रकांत. धाकटा चंद्रकांत बापासारखाच चाभरा होता. त्याच्यात बहुतांश गुण बापाचेच उतरलेले. सारं गाव त्याला 'चंद्र्या' म्हणायचं. इतका तो चंद्रा निपजला होता. दरम्यान लक्ष्मणनं हुंड्यात आलेल्या रकमेतून तीन-चार एकरांची जमीन खरेदी केली होती. भूमिहीन लक्ष्मणचं कुटुंब जमीन जायदादवालं झालं होतं. त्याचंही सुख त्याला लाभत होतं. शहरापेक्षा आता जावळीतच त्याचं मन अधिक रमत होतं. दरम्यान लग्नानंतर पारूसोबतचा संसार त्यानं गावाकडंच थाटला होता. शहरातली नोकरी, परिसरात वाढलेली कंपाउंडरकी आणि गावाकडचं शेत अन् संसार यात तो रमला होता. ऐन तारुण्याच्या भरात त्याला भराभर तीन अपत्यं झाली. त्यातच भरीस भर म्हणून त्यानं गावात खासगी सावकारीचा धंदा सुरू केला. त्यातून तर तो वेड्या-वाकड्या मार्गानं मिळणाऱ्या व्याजातून वारेमाप पैसा कमवत होता.

लक्ष्मण गावात रमला असला, तरी त्याची शहरातली सरकारी दवाखान्यातली नोकरी आणि परिसरातली वैद्यकीय गावकीही सुरूच होती. चारी बाजूनं पैशांची आवक सुरू झाली. वेडी-वाकडी गावकी सुरू होती. त्याच्याकडून जुजबी उपचार होत असल्यानं

परिसरातल्या रुग्णांचा त्याच्यावरचा विश्वास अधिक वाढत होता. दरम्यान एक दुर्घटना घडली. जवळच्याच एका खेड्यातल्या गरोदर महिलेवर अजाणतेपणातून लक्ष्मणकडून चुकीचे औषधोपचार झाले. त्यात ती महिला पोटातल्या बाळासह दगावली. त्याचा मोठा गाजावाजा झाला. पोलिसात तक्रार झाली. सरकारी दवाखाना प्रशासनाला घडल्या प्रकरणाची दखल घ्यावी लागली. चौकशी झाली. चौकशीत लक्ष्मण दोषी आढळून आल्यानं त्याला नोकरीतून काढण्यात आलं.

नोकरी गेल्याचा लक्ष्मणसाठी एक धक्काच होता. मात्र त्यानं त्याला जुमानलं नाही. त्याचे सुरू असलेले व्यवहार त्याला बंद पडू द्यायचे नव्हते. म्हणून नव्या जोमानं त्यानं खासगी दवाखान्यातली नोकरी पत्करली. सोबतीला तो मेडिकल दुकानातही पार्टटाईम काम करू लागला. आता त्याला कशाचीच फिकीर राहिली नव्हती. महिलेच्या मृत्यू प्रकरणीही तो भिऊन वागत नव्हता. अत्यंत धिटाईनं आणि तितक्याच दादागिरीनं त्यानं ते प्रकरण दडपून टाकलं होतं. त्याची दांडगाईची प्रवृत्ती वाढली होती. त्या प्रकरणापासून गरीब आणि गरजू लक्ष्मण, अशी त्याची असलेली ओळख आता दांड आणि मग्रूर लख्खादादा अशी बनत चालली होती. लक्ष्मणचा लख्खा बनला होता. शहरात राहून पुढारल्यामुळं आणि गरोदर महिलेचं मृत्यू प्रकरण दडपून टाकल्यापासून जावळीतली त्याची भाऊबंदकी आता लख्खाला टरकून वागत होती. गावातल्या प्रस्थापितांकडून दबलेली, पिचलेली इतर गावकरी मंडळीही वरचेवर ऊर काढत होती. लख्खा तशा दबलेल्यांना प्रत्यक्ष-अप्रत्यक्षरीत्या आधार देत होता. त्यांचा तो मसिहा बनू पाहत होता. मधल्या काळात त्याचा गावातला जानी दुश्मन रमेश धनमांडेही सरपंच होऊन त्या पदावरून पायउतार झाला होता. सरपंचकीच्या कारभारात तो चार-दोन प्रकरणांत भ्रष्टाचारानं बरबटला होता. त्यावरून रमेशसोबत गावात झालेल्या दोनेक वेळेच्या जबरी हाणामाऱ्यांच्या घटनाही ताज्या होत्या. पोलीस आणि कोर्टकचेऱ्यांच्या भानगडीमुळं तो पुरता खंगला होता; शिवाय त्याची बरीच बदनामी झाली होती. गावाच्या आणि लख्खाच्या दृष्टीनं रमेशची तेव्हा पुरती जिरली होती. त्याची अवस्था कुचलेल्या बैलासारखी झाली होती. दरम्यान लपूनछपून सुरू असलेले मीनल आणि लख्खाचे चाळे आता मात्र उजळमाथ्याने सुरू झाले. दोघांनीही नेमकी त्याच वेळेला पुरती लाज सोडली होती.

मीनल ही रूपानं मोठी देखणी. लावण्यवतीच ती! शोभंल एवढी उंचपुरी, रंग सावळा- निमगोरा; पण अंगाबांध्यानं अगदी टंच भरलेली. केळीच्या भरलेल्या पेऱ्यागत आखीव-रेखीव असा तिचा सुडौल बांधा. कुणाच्याही अगदी सहज नजरेत भरंल, अशीच ती लावण्यवती! जितकी ती हुशार, तितकीच चाणाक्षही! जावळीत लख्खाच्या

घरामागच्या गल्लीतल्या चिरेबंदी वाड्यात तिचं घर. ती तिच्या दोन भावांसोबत राहत होती. तिच्या भावाकडं मोठी जमीनजायदादही होती. सारी सुखं पायांवर लोळत होती. सारं काही सुरळीत होतं. मात्र धाकट्या भावाचं लग्न झाल्यापासून मीनलची घरात अडचण वाढली. थोरली भावजय तिला समजून घेणारी असली, तरी धाकटीपुढं तिची डाळ शिजत नव्हती. धाकट्या भावाचं लग्न झाल्यापासून घरात नणंद-भावजयांच्या किरकिरी वाढल्या होत्या. वाढलेल्या किरकिरींमुळं घरात ती स्वत:लाच एक भार समजू लागली. तिच्यावरचं आई-वडिलांचं छत्र तिच्या लहानपणीच हरवलं होतं. थोरला भाऊ आणि भावजयीच्या पदराखाली ती लहानाची मोठी झाली होती. विनामायबापाची म्हणून तिला सहानुभूतीचाही मोठा आधार मिळत होता. शालेय जीवनापासूनच तशी ती अल्लड आणि लाडात वाढलेली. वयात येताच नात्या-गोत्यातल्यांनी तिचं लग्न लावून दिलं; पण कशाचं काय, तिच्या नवऱ्यासह सासरच्या मंडळींनी तिच्या चारित्र्यावर संशय घेऊन तिला माहेरी हाकलून दिलं. तेव्हापासून ती माहेरीच भावाकडं राहत होती. तिच्या नवऱ्यानं दुसरी बायको करून घेतली. दुसरीपासून त्याला दोन लेकरंही झाली. त्यामुळं दिल्या घरी पुन्हा नांदायला जायचा मीनलचा मार्ग जवळजवळ बंदच झाला होता. तशी तीही सासरी फारशी समाधानी नव्हतीच! तसा तिचा शालेय जीवनापासून अलीकडे लख्खा म्हणून नावारूपाला आलेल्या आणि तेव्हाच्या लक्ष्मणवरही जीव होताच. आता तर लग्न आणि लग्नानंतर त्याला तीन अपत्यं जन्माला येऊनही बायकोशिवाय मीनलसोबतच्या त्याच्या प्रेमाला मात्र भरतं आलं होतं.

लख्खा आणि मीनल हळूहळू एकमेकांच्या घरी जाणं-येणं करू लागली. साऱ्या गावापासून दोघांची रासलीला आता लपून राहिली नव्हती. लग्नाची बायको असलेल्या पारूच्या मनाला ते फारसं पटत नव्हतं; पण उपयोग नव्हता. सारी घरची-दारची मंडळी लख्खाच्या आऱ्यात होती. पारूचा विरोध जुजबी होता. ते लख्खा हेरून होता. कारण पारू रंगानं उजळ असली, तरी ती गोबऱ्या गालाची होती. शिवाय ती तोतरीही होती. लख्खा झालेल्या लक्ष्मणनं तिला बायको म्हणून करून घेतली, त्यातच तिला धन्यता वाटत होती. ती त्याच्या उपकाराच्या ओझ्याखाली जगत होती. त्यात तिच्या पोटी तीन लेकरं झाल्यानं तिच्या संसारातलं स्थैर्य वाढलं होतं. नवरा कितीही बाहेरख्याली असला, तरी तिला वाऱ्यावर सोडून देणार नाही, याचा तिलाही विश्वास होता. शिवाय देवाधर्मानं तिला कुठं कुणाच्या धुऱ्या-बंधाऱ्यालाही रोजानं जावं लागत नव्हतं. घरी बसून समाधानानं खाऊन आरामात राहायची तिला खात्री होती. त्यामुळं तिच्या समोरच सुरू असलेले लख्खा आणि मीनलचे नखरे ती फारशी कचकच न करता सहन करायची. मीनलचा सवता सूळ पारूनं मनोमन गृहीत धरला होता. तसा पारूला तिच्या

नवऱ्याबद्दल मोठा विश्वासही होता. तेवढा तो कावेबाज होता. नवरा आणि मीनलच्या नात्यात पारूला लख्खाचा आर्थिक स्वार्थही दिसत होता. तीही तेवढी मनकवडी होती. कारण लख्खा पैशांचा मोठा आळकी असल्याचं तिला माहीत होतं.

एके दिवशी गोष्ट मुद्यालाच लागली. सुगीचे दिवस होते. साऱ्यांची धावपळ सुरू होती. ऐन रविवारच्या दिवशी मीनलचे दोन्ही भाऊ थोरल्या भावजयीसह शेताकडं सुगीच्या कामाला गेले होते. धाकटी भावजय थोडी उशिरानंच भाकरीचं टोपलं घेऊन निघणार होती. लख्खा मीनलला भेटायला येणार असल्याचा सुगावा धाकटीला आधीच लागला असावा. त्यामुळं ती पारापर्यंत गेली आणि मुद्दामहून परत घराकडं फिरली. तितक्यात लख्खा तिच्या घरात शिरला. तोच मोका ओळखून चौका मारण्याची धाकट्या भावजयीनं संधी साधली. गावातून ती लगबगीनं शांतपणे शेतापर्यंत गेली. गावकरी असलेल्या शेताच्या बांधापासून मात्र ती आरडाओरड करत सुटली. मोठमोठ्यानं ओरडत रडत म्हणाली, “रांडनं घराचं वाटुळं केलं. घराची इज्जत घालवली. भरदिवसा भाड्याला घरात घेऊन जिरवत बसलीया, केरसुनी.”

“काय झालं?” एकाच आवाजात दोघाही भावांनी प्रश्न केला.

“तुमची लाडकी बहीण. घरात भाड्या घेऊन बसलीया. तिची रासलीला सुरू झालीया. आमच्या तोंडाला काळं लावतिया. तिनं आम्हाला तोंड दाखवायलाबी जागा ठिवली नाही. आवदसानं.”

आहे त्या स्थितीत दोघं भाऊ आणि दोघी जावा गावाकडं धावत सुटल्या. सोबतीला शेजारीही धावले.

सारे घरी पोचले. बघितलं तर काय, धाकटीनं सांगितलेला प्रकार खराच होता. लख्खा आणि मीनलला नको त्या अवस्थेत रंगेहाथ पकडलं गेलं. बघता बघता बघ्यांची गर्दी वाढली. धाकट्या भावजयीला स्वतःला खरं साबीत करण्याचा एवढा मोठा डाव परत कधी मिळणार होता? त्यामुळं तिचा आवाज अधिकच चढला होता. ती मोठ्या कर्तबगारीनं आकांडतांडव करत होती. बायकोचं बघून धाकटा भाऊही मोठमोठ्यानं शिव्या देत दात-ओठ खात लख्खा आणि मीनलच्या अंगावर मारायला जात होता. मोठा भाऊ आणि मोठी भावजयी अन् तिथं जमलेली शहाणी माणसं मात्र त्याला रोखून धरून शांत करत होती. साऱ्यांच्या माना शरमेनं खाली गेल्या होत्या. मीनलचे दोन्ही भाऊ खजील झाले होते. तशा स्थितीतही मीनल आणि लख्खा मात्र निर्विकारपणे उभे होते. दोघांच्याही चेहऱ्यावर कुठलेही लज्जाभाव दिसत नव्हते.

तेव्हा मोठा भाऊ म्हणाला, “काय हे, शोभतं का तुम्हाला असलं?”

मीनल काहीच बोलली नाही. लख्खाही शांतच होता. दोघांनाही बोलायचं होतं; पण तितक्यात धाकट्या भावाचा आवाज पुन्हा चढला.

तो म्हणाला, "बोल की रं. ए..ए.. लख्ख्या. भाडखाऊ, शहाणासुरता हाईस की, तीन लेकरांचा बाप हाईस. असलं धंदं शोभत्यात का तुला? थांब, आता तुला पोलिसाचीच हवा दाखवतो. तुझा माजच उतरवून दाखवतो."

लख्खानं सुस्कारा सोडला आणि म्हणाला,

"जे घडलंय, ते तुम्ही बघितलंय. ते सारं खरं आहे. आम्ही दोघंही राजी आहोत. शोभण्यासारखं नि न शोभण्यासारखं काय आहे त्यात? आम्हा दोघांनाही एकमेकांची गरज आहे. आमच्या दोघांत राजीखुशी आहे. आम्ही जगावेगळं काहीही केलेलं नाही."

लख्खाच्या त्या बोलण्यानं सारी माणसं थबकून गेली. कुणालाच काही कळत नव्हतं. तेवढ्यात मीनलच्या थोरल्या चुलत्यानं परिस्थिती ओळखून घेत सारी गर्दी हाकलून दिली. जमलेली गर्दी जिकडंतिकडं पांगली. मात्र तिथून निघालेल्यांपैकी कुणाचंही तोंड बंद नव्हतं. जो तो आपापल्या सोयीनुसार कळंल तसं बोलत होता. घडली घटना वाऱ्यासारखी गावभर पसरली.

दरम्यान लख्खा आणि मीनलला घरात बसवण्यात आलं. मीनलचा चुलता, दोन्ही भाऊ आणि थोरल्या भावजयीमध्ये घडल्या प्रकाराबद्दल आणि करावयाच्या उपायांबद्दल चर्चा सुरू झाली.

"घडला प्रकार चांगला नाहीच; पण घडलंय ते खरं हाय. ते स्वीकाराया पाहिजी. आता पुढचा ईचार कराया पाहिजी. दोष मीनललाच का द्यायचा? दोष परिस्थितीचा हाय. तिचं वयच तसं हाय. खरं तर तिचं पहिलं लगीन टिकलं असतं, तर आजचा प्रसंगच गुदरला नसता. आता पुढचा ईचार करायचा झाला, तर लख्खा कितीही केला तरी तो आपल्याच जातीचा हाय. तसं मीनलचंही पहिलं लगीन झालंय. ती काय लग्नाची नाय. तिला कुणी बिनालग्नाचा नवराबी मिळणार न्हाय. त्या दोघांची तयारी असंल, तर लख्खाचं अन् मीनलचं देवळात लगीन लावायला काय हरकत? असा माझा ईचार हाय. आता तुमी दोघा भावांनी शांत डोस्क्यानं ईचार केला, तरच चांगला मार्ग निघंल." मीनलच्या चुलत्यानं उपायाचा विचार मांडला होता.

त्यावर थोरला म्हणाला, "नाना, आम्ही का तुम्हाला परकं मानतो का? तुम्ही म्हणताय तेबी खरंच आहे. शेवटी जवान पोरगी घरात ठेवणं म्हणजे आगीचा निखारा पोटात ठेवण्यासारखं आहे. मीनलला घरात ठेवून थोडंच चालणार आहे? पण कुठं तरी समाजानंबी मानलं पाहिजे की."

तितक्यात धाकटा उसळून म्हणाला, "नाही. त्या लख्ख्याला पोलिसातच द्यायला पाहिजे. लय माजलंय ते."

"आरं बाबा, शांत हो थोडा. पोलिसात जाऊन काहीच फायदा नाही. आपल्या पोरीच्या साथीशिवाय लख्ख्या आपल्या घरात शिरला काय? आपण पोलिसात गेलो तर आपलेच दात आपल्याच घश्यात जातील. उलट आपलीच अधिक बदनामी होईल. नाना म्हणतेत तसं केलं, तरच बरं होईल. शेवटी पहिलं लग्न मोडल्यामुळं मीनलचं वाटुळंच झालंय. लख्खा अन् मीनलची मर्जी असंल तर नाना म्हणतेत तसं करायला काहीच हरकत नाही." थोरला भाऊ म्हणाला.

थोरल्या भावजयीनंही नवऱ्याच्या मताला सहमती दर्शवली. घडलेल्या साऱ्या प्रकारानंतर नानाची भूमिका महत्त्वाची ठरली. त्यांनी लख्खा आणि मीनलला विश्वासात घेऊन पुढील उपाययोजनांवर चर्चा घडवून आणली. लग्न करून दोघांनीही एकत्र नांदण्याचं कबूल केलं. दोघांनीही एकमेकांची एक दुसऱ्याला गरज असल्याचं सांगितलं. मीनलला आयुष्यभर सुखात सांभाळण्याबद्दल लख्खाकडून स्टॅम्प पेपरावर लिहून घेतलं. गावातली काही मानापानाची माणसं बोलवून त्या स्टॅम्प पेपरावर दोन-चार साक्षीदारांच्या सह्या घेतल्या. लख्खाच्या आई-वडिलांनाही बोलावण्यात आलं होतं. ते खजील मनानं तिथं हजर होते. त्यांचा नाइलाज होता. देवाच्या दारात लख्खा आणि मीनलचं लग्न लावून द्यायचं ठरलं होतं. लग्नानंतर तो मीनलला शहरात ठेवणार होता. त्याचाही डंका साऱ्या गावभर वाजला. घडली सारी घटना पारूला कळाली. तिला तो दुसऱ्या लग्नाचा प्रकार मान्य नव्हता. सासू-सासरे घरी येण्याच्या आधीच ती लहानगं पोरगं आणि कपड्याचं गाठोडं बगलंत मारून माहेरी निघून गेली. एक थोरलं पोरगं आणि मधवी पोरगी तेवढी बाहेर खेळायला गेल्यानं मागं राहिली होती.

पारू अचानक गाठोडं बांधून आल्यानं माहेरातलं सारं वातावरण तापलं होतं. सहा-सात वर्षं नांदून तीन लेकरांची आई झालेली लेक माहेरी येऊन पडल्यानं बाप दररोज दारूनं फुल्ल होत होता. तो बेभान झाला होता. पारूची आई बापाच्या नावानं खडे फोडत होती. मुबलक पैसाअडका खर्च करून कन्यादान केलेल्या बापाची अवस्था आडकित्त्यात सापडलेल्या सुपारीगत झाली होती. पारूच्या माहेर घरी मरणकळा आली होती. तिकडं जावळीत नामा आणि जनाही हात-पाय गाळून पडली होती. पारूनं रागानं टाकून दिलेली लख्खाची दोन्ही लेकरं वनवाशासारखी तोंडं पांढरी करून फिरत होती. दुसरीकडं लख्खा मीनलला घेऊन शहरात भोगत होता. दोघांचं मात्र चांगलं चाललं होतं.

एके दिवशी जनाचा भाऊ त्याच्या गावची आणि नात्या-गोत्याची चार-दोन मंडळी घेऊन पारूचा बाप या नात्यानं जावळीत दाखल झाला. सगळी मंडळी रागात होती. भाऊ चार पाहुणं घेऊन दारात हजर झाल्यानं जनाला राहवलं नाही. ती म्हणाली, "काय करू बाबा, माझ्या पोटी साप जन्मला. मला वाटलं नव्हतं, पोर एवढा वनवास मांडील म्हणून. त्यानं माझ्या तोंडाला काळं लावलं. तुझ्या लेकराचंबी वाटुळं झालं बघ चांडाळाच्या वागण्यानं. भाड्या रांडंला घेऊन शहरात गेलाय राह्यला, आम्हा साऱ्यांस्नी वाऱ्यावर सोडून. चांडाळाला लेकरांचीबी चिंता न्हाय वाटली. आता आम्ही कसं तोंड दाखवावं जगाला?"

असं म्हणून जनानं हंबरडा फोडला. पोरीच्या नांदण्याचं गाऱ्हाणं घेऊन आलेल्या बापापुढं बहिणीनंच कैफियत मांडल्यानं पाहुण्यांपुढं मोठा पेच निर्माण झाला. काय बोलावं अन् कुणापुढं बोलावं, कुणालाच काही कळत नव्हतं. प्रसंग गंभीर होता.

लख्खा जावळीत नव्हता. तो शहरात मुक्कामी होता. पारूची दोन्ही पोरं तर आरबळून आजोळच्या आज्याच्या अंगावर पडली होती. रागावर लेकरांची माया वरचढ झाली अन् पारूचा बापही लेकरं गळ्याला लावून ढसाढसा रडू लागला. गल्लीत जोरजोरात रडण्याचा आवाज ऐकून सारी गल्ली गोळा झाली. त्या कुटुंबाची तशी अवस्था बघून जो तो लख्खाच्या तोंडात शेण घालत होता. बायांबापड्याही लख्खाला दूषणं देत होत्या. त्यानं आरंभलेला डाव कुण्याही सुज्ञ माणसाला आवडलेला नव्हता; पण प्रकरणच एवढं पुढं गेलं होतं, की त्यातून तडजोडीचा मार्ग काढल्याशिवाय पर्याय नव्हता. एकीकडं मरून पडलेली बहीण होती, तर दुसऱ्या बाजूला सहा-सात वर्षं नांदलेली लेकुरवाळी पोरगी उघड्यावर पडली होती. नात्यानं भाचा आणि जावयाच्या प्रतापानं बहीण आणि पोरीचा संसार मोडण्याची वेळ आली होती. बहीण-भावाच्या नात्यात नाही म्हटलं तरी मिठाचा खडा पडलाच होता. आता पूर्वीचा गोडवा आणायचा म्हटला, तरी तो येणार नव्हता. जमलेल्या माणसांतून एका शहाण्या माणसानं थेट मीनलच्या थोरल्या चुलत्यालाच पारूकडून पाहुणे आल्याचा सांगावा पाठवला. मीनलचा चुलता व्यवहारात शहाणा असला, तरी तोही मोठ्या पेचात पडला होता. आता सोयऱ्यांची कशी समजूत घालावी, याचाच तो विचार करत होता. एकदा नाही, तर दोन-तीनदा सांगावा आल्यानंतर अखेर तो नाइलाजानं धोतराचा खोचा खवून लख्खाच्या घरी प्रकटला.

'राम राम पाव्हणं.' एकानं नमस्कार केला. मीनलच्या चुलत्यानंही जमिनीवर खाली बसत बसत 'राम राम' घातला. इकडचातिकडचा विषय झाल्यानंतर पारूच्या बापानं मूळ विषयाला हात घालत कैफियत मांडली. आवंढा गिळून खाकरत खाकरत मीनलचा चुलता म्हणाला, "कसं हाय पाव्हणं, दातबी आपलंच अन् व्हटबी आपलंच. अशी माझी गत झालीया. त्यात ना नामा-जनाचा दोष, ना त्या पोरीच्या भावांचा."

"मग, काय माझ्या लेकीचा दोष समजायचा का मी?" पारूचा बाप कासावीस होऊन म्हणाला.

"तसं न्हाय पाव्हणं, तुमच्या लेकीचा कायबी दोष न्हाय त्यात." मीनलचा चुलता म्हणाला.

"मग?"

"सारा दोष लख्खा अन् मीनलचाच हाय!"

"माझ्या लेकीचं वाटुळं झालं की पाव्हणं. काय करू मी आता?" पारूच्या बापानं काकुळतीला येऊन विचारलं.

"लख्खाच्या या उपद्व्यापानं माझीबी पंचाईत झालीया पाव्हणं." मीनलच्या चुलत्यानंही हतबलता व्यक्त केली.

"मग आता कसं करायचं म्हणता?"
"तुम्ही तरी काय करावं म्हणता?"
दोन्ही बाजूंचे लोक एकमेकांना विचारू लागले.
"मी पोलिसात प्रकरण घालून डाव मोडून टाकावा म्हणतो एकदाचा. घेतो सारं दिलं घेतलेलं लग्नातलं माघारी." पारूच्या बापानं राग व्यक्त केला.
सारी मंडळी शांत झाली. थोडा वेळ कुणी काहीच बोललं नाही. काही वेळाच्या शांततेनंतर दीर्घ श्वास घेत मीनलचा चुलता म्हणाला, "पाव्हणं, नात्यानं मी मीनलचा चुलताच हाय. ते सांगायाबी मला लाज वाटतीया. चुलता काय अन् बाप काय? एकच समजा. आमच्याच पोरीच्या वांडाळ वागण्यानं तुमच्या पोरीच्या संसारात इस्तू पेटलाय."
तेवढ्यात पारूचा बाप अधिकच भावनाविवश झाला अन् म्हणाला, "तुमच्या लेकीमुळं माझ्या लेकीचं वाटुळं झालंय पाव्हणं, त्येचं काय?"
"तुमची लेकबी माझीच लेक मानतो मी माझ्या जिवाला. अन् काय हो, डाव मोडून थोडंच भागणार हाय? बरं डाव मोडणं एवढं सोपं तरी हाय का? मी तुमची पुरी अवस्था ओळखतो पाव्हणं. जावई लख्ख्याला शिक्षा म्हणून डाव मोडायची तुमची रागाची भाषा थोड्या येळासाठी मी समजूनबी घेईन. या संसार मोडायच्या डावात तुमची बहीणबी मोडून पडणारायकी. त्येचाबी ईचार करा की थोडा. बहिणीचं घर मजबूत करण्यासाठी तुम्ही बहिणीच्याच घरी लेक दिलीया. आता रागात येऊन लेकीबरूबर बहिणीचाबी संसार मोडणाराईसा का तुम्ही?" मीनलच्या चुलत्यानं समजुतीची भाषा करत मर्मावर बोट ठेवलं.
दुसरा पाहुणा मध्येच म्हणाला, "मग काय करायचं म्हणता?"
"ह्ये बघा पाव्हणं, तुमचं काय अन् माझं काय, आपलं साऱ्याचंच बरंच वय झालंय आता. तुम्हीबी अन् मीबी बरीच उन्हाळं-पावसाळं बघितल्याती. आपल्या साऱ्यांच्याच निम्या-अर्ध्या गवऱ्या गेल्याती नदीवर. जे नकू ते घडून गेलंय. ते काय लय चांगलं म्हणता येत न्हायी. आपल्या म्होरं जे मांडून ठेवलंय, त्येच्या बाजूनंबी बोलणारा मी न्हायी; पर जे काय घडलंय ते समजुतीनं निस्ताराया पाहिजी. एवढंच मला वाटतंया. नशिबाचा खेळ समजायचा ह्यो सारा. दुनियेत अशा बक्कळ भानगडी घडत्याती. आमच्याबी गावात नांदत्याती दोन-दोन बायका एका-एका घरात. हां, तुमच्या लेकीला कायी तरास व्हणार नाही, तिला काय कमीबी पडणार न्हाय. एवढीच चिंता कराया पाहिजी आता. तिच्या नशिबानं ती उघडीबी न्हाय. पोटाला चांगली दोन-तीन लेकरं झाल्याती. उद्या लख्ख्याचीच ही पोरं मोठी झाल्यावर तुमच्या लेकीला थोडीच वाऱ्यावर सोडून देणार हायती. आता तुमच्या लेकीनं तिच्या लेकरांसहित तुमच्या बहिणीसाठी आधार म्हणून

जगाया पाहिजी. तसं आम्ही गावकरी काय थोडंच डोळं झाकून बसणाराय. थांबा थोडं. थोडं शांत होऊ द्या. व्हईल सारं येवस्थित. लख्ख्याला थोडंच मोकळं सोडणाराय आम्ही. तुमची लेक ह्याच घरात नांदल. तीही सुखानं. तुम्ही एकट्यानंच तिची चिंता करायला का गाव थोडंच मेलंय की काय म्हणायचं." मीनलच्या चुलत्यानं समजुतीच्या सूरात परिस्थिती हाताळली. सारी मंडळीही समाधान पावली.

तिकडं शहरातल्या घरात लख्खा आणि मीनलचा नवा संसार झोकात सुरू झाला होता. मीनलही नव्या घरात काही रिकामी आली नव्हती. लख्खासोबत नांदायला येताना तिनं भाऊ-भावजयांची नजर चुकवून माहेरहून सोन्या-चांदीच्या दागिन्यांचं भलं मोठं गाठोडं सोबतीला आणलं होतं. सावकारी आणि इकडून-तिकडून मिळणाऱ्या आमदानीतून दोघंही सुखात वावरत होते. असं असलं तरी लख्खाचं बऱ्यापैकी लक्ष गावाकडच्या बारीकसारीक गोष्टींकडं होतं. गावातलं राजकारण आणि साऱ्या भानगडी तो जाणून घेत होता. दोन महिन्यांच्या कालावधीनंतर मीनल एकाही भावाकडून कुठलंही बोलावणं न येतासुद्धा माहेरी आली होती; मात्र आता बहीण-भाऊ आणि भावजयांत पूर्वीचा काहीच ओलावा राहिला नव्हता. धाकटी भावजय तर कायम फटकून आणि नाक मुरडूनच वागायची. धाकटीचं ते तिरसट वागणं मीनलनं भलतंच मनावर घेतलं होतं. ती फारच वैतागली होती. त्यामुळं अवघ्या चारच दिवसांच्या मुक्कामानंतर ती पुन्हा शहरात नांदायला आली. तिच्या चेहऱ्यावर प्रंचड खिन्नता जाणवत होती. बहीण-भावांच्या नात्यात दरार पडली असल्याचं लख्खा ओळखून होता. त्यालाही तेच अपेक्षित होतं. माहेरहून पडल्या चेहऱ्यानं आलेल्या मीनलची काळजी घेत तिला जास्तीत जास्त समाधानी ठेवण्याचा प्रयत्न लख्खा करत होता. तो अधिकाधिक वेळ मीनलला देत होता. तिला काय हवं, काय नको, याची काळजी घेत होता. आता लख्खाशिवाय आपल्याला दुसरं कुणीच नसल्याची खात्री मीनललाही पटली होती. लख्खानंही मीनलला त्याची खात्री करून दिली होती. असे तसे तीन-चार महिने उलटले. मीनल आणि तिच्या भाऊ-भावजयांच्या नात्यात अंतर निर्माण करण्यात लख्खा यशस्वी झाला होता. मीनल आणि तिच्या भावांच्या संबंधात कुठलाच सलोखा लख्खाला नको होता. त्यातून बहीण-भाऊ मनाने कधीच एकत्र येणार नाहीत, अशी परिस्थितीही निर्माण झाली होती. तशातच मीनलच्या पोटाचा विकार उद्भवला. वाटलं होतं, मीनलच्या बाबतीत एखादी चांगली बातमी येईल; पण तसं काहीच नव्हतं. तिला पित्ताशयाचा आजार असल्याचं निदान झालं होतं. त्यावर लख्खानं त्याच्या ओळखीच्या एका डॉक्टरांकडं उपचार सुरू ठेवले होते. त्या काळात लख्खा मीनलची बारकाईनं काळजी घेत होता, सेवासुश्रुषा करत होता. ते बघून मीनल लख्खाच्या पूर्णत: आहारी गेली होती, अगदी ती त्याच्यावर जीवही ओवाळून टाकायला तयार होती.

दरम्यान लखखा त्याच्यातलं आणि आई-वडील, पारू आणि मुलांमधलं अंतर वाढणार नाही, याचीही काळजी घेण्याचा प्रयत्न करत होता. त्यासाठी त्याच्या जावळीला चकरा वाढल्या होत्या. एके दिवशी लखखा जावळीत असताना त्याचा थोरला मुलगा प्रकाश आणि मधवी मुलगी हेमा हे लखखाच्या गळ्यात पडले. ते लखखासोबत शहरात येण्यासाठी हट्टाला पेटले होते. त्यामुळं दोन्ही लेकरांना घेऊन तो शहरातल्या घरी आला. मीनलनंही लेकरांना मनोमन स्वीकारलं. फारसं न कळत्या वयाच्या लेकरांनाही कुणाचं तरी प्रेम हवंच होतं, ते मीनलकडून मिळत होतं. तरीही त्यांना सख्ख्या आईची आठवण आल्याशिवाय राहत नव्हती. अधूनमधून ते पारूची आठवण काढून तिच्याकडं जाण्यासाठी लखखाकडं आग्रह करत होते. मुलांचा तो हट्ट पाहणं असह्य झाल्यानं एके दिवशी मीनलच लखखाला म्हणाली, “अहो, मुलांचाही कधी तरी विचार करत जा. लेकरांनाही आईच्या प्रेमाची गरज असते.”

“तू आहेस की त्यांची आई! ” लखखा म्हणाला.

“मी थोडीच नाही म्हणते. मी तर आहेच; पण त्यांना जन्मदात्या आईचीही गरज आहे. माझ्यामुळं लेकरांची आणि आईची ताटातूट व्हायला नको. पारू ताईलाही नांदायला आणलं, तरी माझी कधीच अडचण असणार नाही. या घरावर त्यांचाच पहिला हक्क आहे.” मीनल म्हणाली.

लखखालाही मीनलकडून अशाच प्रस्तावाची प्रतीक्षा होती; पण त्याला तो प्रस्ताव स्वतःहून तिच्यापुढं मांडता येत नव्हता. ती संधी मीनलकडूनच आल्यानं तो मनातून खूश झाला. तरीही तो मीनलची अधिक मर्जी मिळवण्यासाठी नाटकीपणानं पारूबाबत वरवरचे आढेवेढे घेत म्हणाला, “पारी लय माजली आहे. ती आखूड मनाची आहे. मरू दे तिला माहेरीच.”

“अहो, नसतं तसं. घरात बायको असताना तुम्ही माझ्याशी दुसरं लग्न केलं. तसं ते कुण्याही बाईला नाही पटायचं. नाही म्हटलं तरी चूक तुमची आहे. पारूताईच्या ठिकाणी मी असते, तर मलाही असं दुसरं लग्न पटलं नसतंच.” मीनल म्हणाली.

“मग मी काय करावं, असं तुला वाटतंय?” लखखानं विचारलं.

“चूक तुमची आहे. आता तुम्हीच पुढाकार घ्यायचाय. पुन्हा सारं घर एकत्र आणायचंय. तुम्ही जा अन् पारूताईला सन्मानानं घेऊन या नांदायला.”

“नाही. ती फार हटवादी आहे. ती येणार नाही. उलट माझाच अपमान करंल.”

“येतील त्या. तुम्ही एकदा नाही, अनेकदा जा आणि घेऊन या त्यांना नांदायला.”

“मला चांगलं माहिती आहे. ती येणार नाही. माझी फजिती होईल.”

“नाही, येतील त्या. बाईला कसं पटवायचं ते तुम्हाला माहीत नसलं, तर मी सांगते तसं करा. म्हणजे त्या अपोआप येतील.”

"कसं शक्य आहे मीनल? तिचा स्वभाव मला चांगला माहीत आहे. ती येईल, असं मला नाही वाटत." लखखानं नाहीचा पाढा सुरूच ठेवला.

"मी सांगते तसं करा. मी आणलेल्या पिशवीतले दागिने काढा. त्यातले पारूताईला आवडतील असे सारे दागिने घ्या. ते ताईला द्या. बाईला दागिन्यांपुढं नवरासुद्धा फिका वाटतो. दागिने पाहून त्या तुमचे सारे अपराध माफ करतील."

"अग, नाही तसं करता येणार."

"का नाही?"

"मी तुझे दागिने पारीला नाही देणार."

"अहो, दागिने माझे काय अन् पारूताईचे काय? तुम्ही कशाला फरक करताय आम्हा दोघींमध्ये?"

"ते काही माझ्या मनाला पटत नाही. त्यामुळं मी तसं काही करणार नाही."

"मी म्हणते म्हणून करायचं. जा तुम्ही दागिने घेऊन."

"अग तुझं मन मोठं आहे, म्हणून तू तसं म्हणतेस; पण ती फार आखूड मनाची आहे. सवतीचे जुने दागिने घेऊन आलास म्हणून माझी फजिती करील ती बाई."

"मग असं करा, ते दागिने सोनाराकडं घेऊन जा. ते मोडून नवे दागिने बनवा. वाटलं तर मी येते सोबत. तो सोनार आहे माझ्या ओळखीचा. चला, मीच देते बनवून."

काहीही करून मीनलनं अखेर लखखाचं मन वळवलं. लखखालाही मनस्वी तेच हवं होतं. त्याला हवे तसे फासे आपसूक पडत होते. दोघंही मीनलच्या ओळखीच्या सोनाराकडं गेले. जुने वीस-पंचेवीस तोळ्यांचे दागिने मोडून पारूसाठी चांगलं मोठं धाटं मनी-मंगळसूत्र, पाटल्या, कर्णफुलं, गंठण आदी दागिने तयार करण्यात आले. सोबतीला चांगल्या महागड्या साड्या आणि तीनही लेकरांसाठी कपडेलत्ते खरेदी करण्यात आले. सासुरवाडीच्या एका माणसाकरवी पारूकडं तो एक-दोन दिवसांत न्यायला येणार असल्याचा निरोप देण्यात आला. लखखानं तशीच माहिती आई-वडिलांनाही दिली. ते ऐकून त्यांनाही बरं वाटलं. तसे जना-नामा लखखानं मीनलसोबत केलेल्या दुसऱ्या लग्नापासून नाखूशच होते. तेव्हापासून माय-लेकरांतही अबोला आला होता. मात्र आता पारूला नांदायला घेऊन येणार असल्याचं लखखाकडून ऐकल्यानं जनाच्या मनाला मात्र बऱ्याच दिवसानं चांगलं वाटत होतं.

रविवारचा दिवस. सकाळी सात वाजता एसटी बस असायची. त्या बसनं लखखा सासुरवाडीला पारूकडं निघाला. पारूकडून आपला पाणउत्तारा होणार, हे तो जाणून होता; पण त्याला इलाज नव्हता. आल्या प्रसंगाला तोंड द्यावंच लागणार होतं. पारूची मनधरणी करण्यासाठीच्या युक्त्या तो मनात आखत होता. सासुरवाडीला जायचं म्हणून

तो नटूनथटून एसटीत बसला. डोक्यावर इस्त्री मारलेली पांढरीशुभ्र गांधी टोपी, नीळ घातलेलं पांढरं खमीस, वायलची धोती त्याच्या अंगावर उठून दिसत होती. तसा तो होताही देखणाच. गोरापान, पोपटाच्या चोचीगत नाकाचा, शोभेल अशा आकडेबाज मिशा ठेवणारा, दररोज घोटून दाढी करणारा, मध्यम शरीरयष्टीचा गडी.

पारूलाही त्याच्या रूपाचा मोठा गर्व होता. लख्खाची सासुरवाडी म्हणजे त्याचं मुळात आजोळ होतं. त्यामुळं तो बसमधून उतरताच अनेकांनी त्याला 'राम राम' घातला. अनेकांकडून ख्यालीखुशाली झाली. सासुरवाडीत घरी पोहोचताच धाकटा चंद्र्या धावत जाऊन लख्खाच्या पायात घुटमळला. पारू दारातच उभी होती. लख्खाला पाहताच ती नाक मुरडून घरात गेली. नाराजी दाखवायचं बायकांचं ते सर्वोत्तम साधन पारूनंही प्रसंगानुरूप वापरलं होतं. सासूनंच त्याचा बळंबळं पाहुणचार केला. तिचाही इलाज नव्हता. काहीही केलं तरी तो जावई होता. मामा असलेला सासरा नेहमीप्रमाणं सकाळीच शेतात गेला होता. लाडकी लेक पारू माहेरी येऊन राहिल्यापासून त्याचं दारू पिण्याचं प्रमाण अधिक वाढलं होतं. बऱ्याचदा तो सकाळपासूनच लावून नशेत राहत होता. चिंतेनं तो खंगून गेला होता. घरी लख्खाचा सख्खा मेव्हणा पांडुरंग होता. तोही लख्खावर तुंबूनच होता. चंद्र्या बापानं आणलेल्या खाऊवर ताव मारत बसला. घरात फारसं कुणीच बोलायला तयार नव्हतं. आता लख्खाच्या मनाची घालमेल वाढली होती. त्याला अपराध्यागत वाटत होतं. तसं ते स्वाभाविकही होतं. कुठल्याही परिस्थितीत नमतं घेऊन प्रसंग हाताळण्यातच त्याचं हित होतं.

तितक्यात शेजारच्या घरातून पारूचा चुलतभाऊ धर्माजी तिथं आला. दोघांचा 'राम राम' झाला. मग चहापाणी झालं. केवळ चहा देण्यासाठीच पारू समोर आली होती. ती वरून फुगलेली असली, तरी मनातून थोडीफार सुखावलीही होती. 'माहेरात तरी किती दिवस राहणार? भाऊ-भावजयांसोबत किती दिवस आपला निभाव लागणार?' हे प्रश्न तिला सतावत होते. आपला आणि पोटी जन्माला आलेल्या लेकरांच्याही भवितव्याचा विचार तिला होता. त्यामुळं नशिबाला दोष देत ती आपल्या भविष्याचा विचार करत होती. 'नवऱ्यानं सवत केली असली, तरी सासरच आपलं घर,' असंच तिला वाटत होतं. ते पुन्हा नव्यानं उभारण्याची तिनं मनोमन तयारी केली होती. त्यासाठी तिला लख्खाच्या मोडक्या तोडक्या आधाराची तरी गरज होतीच. लख्खाला अधिकचं अव्हेरून तिला भागणार नव्हतं. सासुरवाडीचा चहा घेऊन लख्खा आणि पारूचा चुलतभाऊ धर्माजी त्याच्या घरी चहापाण्यासाठी गेले. तिथं लख्खासमोर पारूलाही बोलावण्यात आलं. इकडच्या तिकडच्या गप्पानंतर धर्माजीनं मेव्हण्याला येण्यामागचा बेत विचारला.

"मंडळीला न्यायला आलो होतो." लख्खा म्हणाला.

तितक्यात पारू खवळून म्हणाली, "कुण्या तोंडानं मला न्यायला आलाईसा?

रंडीसोबत राहून मन भरलं नाही का? आता मी नाही यायची. मी कुठंबी मुलखात राहून रोजगार करून माझं पोट भरीन. आता काय राह्यलंय माझं तिथं?"

एवढं बोलून ती तोंडाला पदर लावून मुसमुसून रडायला लागली.

काही वेळ सगळेच गप्प राहिले. पारूनं तिच्या भावना अत्यंत स्पष्टपणे व्यक्त केल्यानं कुणाला काय बोलावं, तेच सुचत नव्हतं. पारूही तिचं मन मोकळं करू पाहत होती. जोपर्यंत ती तिच्या भावना मोकळ्या करणार नव्हती, तशी ती कुणाला बोलूही देणार नव्हती. लख्खा पारूचं मुसमुसून रडणं आणि बोलणं खाली मान घालून ऐकत होता.

जरा वेळानं मोठा सुस्कारा सोडून धर्माजी म्हणाला, "कसंय दाजी, तुम्ही मोठी चूक केलीय हं. तसं आमच्या बहिणीचं काय चुकलं असलं, तर आम्हास्नी सांगाया हवं हुतं तुम्ही; पण असा दगा द्यायला नगं हुता."

"खरंय, झालीय माझी चूक." लख्खा म्हणाला.

"पर आता माझ्या संसाराचं वाटुळं झालंय, तेचं काय?" पारू रडत रडत म्हणाली.

"वाटुळं व्हायला काय झालं. मी थोडंच वाऱ्यावर सोडून देणार आहे तुला?" लख्खा समजुतीच्या सुरात म्हणाला.

"वाऱ्यावर नाही तर काय म्हणायचं. घरात रांड ठिवल्यावर माझं नांदणं थोडंच व्हणाराय सुखानं. मीच काय, कुणीबी नांदायची नाही आता." पारूनं बोलून खंत व्यक्त केली.

"खरंय दाजी, पारूचं म्हणणं अगदी बरूबरच हाय म्हणायचं." धर्माजी मध्येच बोलला.

"माझंच नशीब खोटं म्हणायचं, दुसरं काय. माझ्या बापानं चांगला नोकरदार भाचा जावई म्हणून मला हेंच्या गळ्यात बांधली. घर धुऊन लावलं अन् ह्यास्नी अवदसा आठवली. चांगल्या भरल्या घरात रांड आणली. सारं भोग मलाच भोगायची पाळी आली." पारू रडत रडत बडबडत होती.

"पारू, खरंच माझी चूक झाली. मला माफ कर अन् चल जावळीला. लेकरं तुझी आठवण काढून तुझ्या भेटीसाठी व्याकूळ झालीत." लख्खानं विनंती केली.

लख्खानं लेकरांची आठवण करून दिल्यावर तर पारूनं हंबरडाच फोडला. पारूचा तो हंबरडा ऐकून तिचा सख्खा भाऊ पांडुरंग रागानं धावतच तिथं आला. तो मारायला लख्खाच्या अंगावर धावू लागला. 'ह्यानं माझ्या बहिणीचं वाटुळं केलं,' असं म्हणू लागला. अधिकचा तमाशा होऊ नये म्हणून पारू आणि धर्माजीनं त्याला रोखलं. पांडुरंगचा अवतार पाहून पारू मात्र पुरती गर्भगळीत झाली. दोघा बहीण-भावांनी मिळून

पांडुरंगची समजूत घालून त्याला घराकडं पाठवून देत त्याला शांत राहण्याचा सल्ला दिला.

धर्माजीनं पारू आणि लख्खाला आपल्याच घरी थांबवून घेतलं. धर्माजी थोडा समजदार होता. त्याला बिघडलेलं सारं पुन्हा जुळवून आणायचं होतं. त्याबाबतची सारी जबाबदारी पारूच्या बापानं धर्माजीवर परस्पर सोपवली होती. धर्माजीनं पारूला आतल्या घरात घेतलं. भविष्याची सारी मांडणी करून तिला समजावून सांगत तो म्हणाला, "हे बघ पारू, तू माझी बहीण हाईस. तुला समजावून सांगणं माझं काम हाय. झालेला प्रकार खरा हाय. जे घडलंय ते वाईटच हाय. त्येला कुणीबी चांगलं म्हणणार न्हाय; पण ते आता कुणाला बदलताही येत न्हाय. जे हाय ते पदरात घेतलं पाहिजेस. तू आता तुझा अन् तुझ्या लेकरांचा ईचार करायला पाहिजेस. दाजी सवताहून आल्यात. आता जास्तीचा तमाशा करू नकू. तो नांदवायला तयार हाय. तुझंबी त्याबिगार चालायचं न्हाय. मी आता त्येला घेऊन जातो शेतावर. सांगतो समजावून त्येला. तुला कायबी तरास व्हणार न्हाय, ह्याची जबाबदारी म्या घेतो. रातच्याला बाबासोबत बसून सारे जण अजून ईचार करू."

धर्माजीचं सारं बोलणं ऐकून पारूनं मान हलवून होकार दिला. बोलणं झाल्यावर पारू आणि धर्माजी आतून बाहेर आले. तितक्यात लख्खानं कंबरेला बांधलेला दागिन्यांचा बटवा काढून पारूच्या हाती दिला. ती तो घेत नव्हती, तरी त्यानं तो बळजबरीनं तिच्या हाती सोपवला अन् त्यातलं घरी जाऊन बघायला सांगितलं. ते तिच्यासाठीच आणल्याचंही त्यानं सांगितलं. नव्या कपड्यालत्त्याची पिशवी तर आधीच घरी ठेवली होती. दरम्यान धर्माजीच्या घरीच सकाळच्या जेवणाची तयारी सुरू होती. जेवणानंतर धर्माजी आणि लख्खा शेतावर गेले. ते दोघं शेतात आल्याची माहिती मिळताच पारूचा बाबा मात्र परस्पर गावात निघून आला.

लख्खा आणि धर्माजी शेतावर गेले. पारूची आई घरात धुण्या-भांड्यासह आवरा आवरीच्या कामात गुंतली होती. भाऊ आणि बाप कुठं तरी बाहेरच होते. पारू आणि चंद्र्याच घरात होते. पारूचं ध्यान लख्खानं आणलेल्या पिशवीकडं गेलं. हावरटपणानं तिनं पिशवी हातात घेतली न् घेतली तोच पिशवीतले कपडे बघून चंद्र्या हरखून गेला. त्यानं पिशवीचा ताबा घेतला. तितक्यात पारूला बटव्याची आठवण झाली. तो उघडून बघते तर ती बेभानच झाली. पिवळ्याधमक चमकदार सोन्याचं नवं कोरं मणी-मंगळसूत्र, पाटल्या, झुपकेदार गंठण, कर्णफुलं आणि इतर बरंच काही होतं त्या बटव्यात. एवढे दागिने तिला मिळतील, असा तिनं कधी स्वप्नातही विचार केला नसावा. सारे दागिने ती हातात झेलून तोलून अंदाजानं त्याचं वजन करत होती. तोळामासा नव्हे, चांगले किलो-पाव किलोच्या जवळपास असावेत, असा तिनंही अचूक अंदाज लावला होता.

त्या दागिन्यांकडे ती पुनःपुन्हा पाहत होती आणि लगेच झाकूनही ठेवत होती. पुन्हा ते काढून गळ्यात, कानांत, हातांत घालून पाहत होती. दागिन्यांच्या त्या मोहात रांड घरात आणलेल्या नवऱ्याचा बाहेरख्यालीपणा खरोखरच ती काहीशी विसरली होती. ती आता वेडावली होती. काही वेळानं दागिन्यांवरचा मोर्चा वळवून ती पिशवीतल्या कपड्यांकडं वळली. त्यातही महागड्या भरजरी साड्या होत्या. तितक्यात बाहेरून तिची आई आली. तीही साड्यांकडं बघून बावरली. दागिने बघून तर पारूच्या आईची तहान-भूकच हरवून गेली. काही महिने दुःख आणि चिंतेच्या सावटाखाली वावरणाऱ्या त्या दोघीही मायलेकी दागिने बघून चांगल्याच बावऱ्या झाल्या. दुःख आणि चिंता त्या थोड्या वेळासाठी विसरल्या होत्या. वस्तुतः तो त्यांचा हावरटपणा नसावा, तर ग्रामीण भागातल्या महिलांचा तो अल्पसंतुष्टी सुस्वभाव असावा! थोड्याशा मोहानं त्या तडजोडीला येतात. तडजोडीसारखा चांगला गुण त्यांच्याकडं अधिक असतो.

लखबाचा त्या दिवशी सासुरवाडीतच मुक्काम होता. रात्रीच्या जेवणाआधी पारूच्या वडिलांनी गावातल्या मानापानाच्या काही लोकांसोबत बैठक लावली. बैठकीत कुणी लखबाची फजिती करत होतं, तर कुणी त्याला मुद्दाम सावरून घेत होतं. त्यात त्याची पुरती मळण होत होती. साऱ्यांचं बोलणं ऐकून घेणं हाच त्याच्यापुढं एकमेव पर्याय होता. बैठकीला पारूही हजर होती. होय-नाही म्हणत लखबाला दमवून पारूनं नांदायला येण्यास सशर्त होकार दिला. गावकऱ्यांनी पारू आणि तिच्या लेकराबाळांना काही त्रास होणार नाही, पारूच्या संसारात तिला काही कमी पडणार नाही, याची लखबाकडून लेखी वचनचिठ्ठी करून घेतली. बैठकीत लखबाला मानसिकदृष्ट्या पूर्णतः दमवण्यात आलं होतं. चार-दोन दिवसांनी पारूची माहेरातून रीतसर बोळवण करून तिला सासरी पाठवण्यात आलं.

जावळीला पारू नांदायला लागली. तिच्या नांदायला येण्यानं जना-नामालाही आधार मिळाला. त्यांच्या जिवात जीव आला होता. थोरला मुलगा प्रकाश आणि मुलगी हेमाही आईच्या सहवासात चांगली आनंदानं वावरायला लागली. लखबा मात्र कधी जावळीला, तर कधी शहरात मीनलकडं येत-जात होता. दोन बायकांचा संसार तो कसाबसा झेलत होता.

दोन बायकांच्या संसारात वर्ष-दीडवर्ष संपलं असावं. संसारात लखबा चांगलाच मेटाकुटीला आला होता. दोन बायका, तीन लेकरं सोबतीला भाऊ आणि आई-वडील. सारी जबाबदारी लखबावरच होती. त्यात आता धाकटा दासरावही लग्नाच्या वयाचा झाला होता. लखबा पुरता भांबावला होता. त्याला पुन्हा एखादं मुल कुटुंबात नको

होतं, तितक्यात मीनलच्या पोटदुखीनं पुन्हा डोकं वर काढलं. डॉक्टरांनी तिच्या पोटाची शस्त्रक्रिया सुचवली. लख्खा भलताच चालाख होता. शस्त्रक्रियेदरम्यान त्यानं डॉक्टरांना हाताशी धरून मीनलच्या गर्भाशयाची पिशवीच काढून टाकली. तिच्या पोटी मूलच जन्माला येणार नाही, याची त्यानं हेतुपुरस्सर व्यवस्था केली. गर्भाशय काढल्याचं त्यानं मीनलला कधीच कळू दिलं नाही. इतका तो पाताळयंत्री होता. एका अर्थानं त्यानं मीनललाही धोका दिला होता.

दरम्यान उत्पन्नाचं नवं साधन आणि गावात बसण्या-उठण्याची सोय किंवा लोकसंपर्क वाढवण्यासाठी लख्खानं किराणा दुकान सुरू केलं. त्यातून व्यापार आणि व्यापाराच्या आडून अधिकची सावकारी सुरू झाली. गावात बिनबोभाटपणे सावकारी करण्याचाच त्यामागं त्याचा मूळ हेतू असावा. उद्यामपणे वागणाऱ्या लख्खाचा आता व्यवहारी 'लखोबा सावकार' बनला. वाढत्या वयाबरोबरच त्याचा गावातल्या गोरगरिबांत आदर-सन्मानही वाढला होता. त्यामुळं आता तो लखोबा सावकार म्हणून नावारूपाला आला होता. कुणी आदरानं तर कुणी कुत्सितपणानं त्याला लख्खा या नावाऐवजी लखोबा सावकार म्हणून संबोधत होतं, ओळखत होतं.

वर्षभराच्या कालांतरानं जावळीची ग्रामपंचायत निवडणूक लागली. लखोबाला सावकारी आणि कंपाउंडरकीच्या व्यवसायातून मिळालेला मुबलक पैसा गप्प बसू देत नव्हता. तसा त्याचा चंचल स्वभावही त्याला कारणीभूत असावा. गावातल्या प्रस्थापितांना धक्का देण्यासाठी त्यानं गावातल्या वंचितांची मोट बांधून स्वतंत्र पॅनलच उभं केलं. आता लखोबाकडं बराचसा पैसा जमला होता, तरीही तो समाधानी नव्हता. पैशांबरोबरच त्याला सामाजिक प्रतिष्ठाही महत्त्वाची वाटत होती. राजकारणाच्या माध्यमातून सत्ता, प्रतिष्ठा आणि त्यातून पुन्हा पैसा असं समीकरण तो जुळवू पाहत होता; शिवाय त्यातून त्याचा छळ केलेल्या प्रस्थापितांचीही मस्ती त्याला जिरवायची होती.

लखोबा कल्पक विचारांचा होता. तो बारा गावचं पाणी प्यायला होता. वेगवेगळ्या लोकांचे वेगवेगळे अनुभव त्याच्या पदरी होते. लोकांची मानसिकता ओळखून तो त्यांच्याशी तसं वागायचा. गावात वेगवेगळ्या जातिपातींची लोकं होती. श्रीमंतापेक्षा गोरगरिबांचीच संख्या अधिक होती. गावातल्या प्रस्थापितांनी त्यांना कधी डोकंच वर काढू दिलं नव्हतं. त्यामुळं राजकारण काय असतं आणि ते कशाबरोबर खायचं असतं, याची कल्पनाच तिथल्या गरिबांना नव्हती. तसा विचार त्यांच्या डोक्यात येण्याचा विषयही नव्हता. केवळ हातातोंडाचा मेळ घालण्यासाठीच ती जगत असावीत. हीच कळ ओळखून लखोबानं त्यांच्यातल्या काहींना हाताशी धरून त्यांच्यात चेतना जागवल्या. त्या त्या समाजातल्या लोकसंख्येच्या प्रमाणात केवळ त्याच्या मर्जीतल्या उमेदवारांची

निवड करून त्यानं पॅनल उभं केलं. निवडणुकीत जसजसा रंग भरत होता, तसतशी लखोबानं प्रचाराची सारी आधुनिक आयुधं गावात पहिल्यांदाच वापरली. पहिल्यांदाच गावच्या निवडणुकीत चुरस निर्माण झाली होती. बदलाची चाहूल लागल्यानं सारे प्रस्थापित धनमांडे एकवटले. कुणी निवडून येवो अथवा न येवो, लखोबा मात्र निवडून यायला नको, अशीच अनेकांची भावना होती. जर लखोबा निवडून आला, तर जावळीच नाही, तर आजूबाजूच्या गावांमधलं राजकीय चित्र बदलून जाईल. प्रस्थापितांच्या वर्षांनुवर्षं चालणाऱ्या राजकीय वर्चस्वाला तडे जातील, याची धास्ती अनेकांना वाटत होती. त्या दृष्टीनं जाणीवपूर्वक प्रयत्न झाले. संपूर्ण पॅनलचा निवडणूक खर्च लखोबानंच केला होता. तो पूर्णतः इरेला पेटला होता. विरोधकांनीही प्रतिष्ठा पणाला लावली होती. अनेकांचा पैसाअडका मोठ्या प्रमाणात खर्ची पडला होता. अखेर निवडणुकीचा निकाल लागला. लखोबाच्या पॅनलमधले निम्म्यापेक्षा अधिक उमेदवार विजयी झाले खरे; पण धनमांडे बिरादरीनं ठरवल्याप्रमाणं लखोबा पराभूत झाला. सर्व काही पणाला लावूनही त्याचा पराभव झाल्यानं विरोधकांनी अखेर फोडाफोडी करून पुन्हा पंचायतीवर आपलीच सत्ता आणली.

लखोबाचे सारे राजकीय इरादे धुळीस मिळाले. पराभवाच्या खाईत तो जळफळत होता; पण पहिल्याच प्रयत्नात त्यानं प्रस्थापितांच्या मनात धडकी भरवली, हेही खरं होतं. त्यामुळं 'आपण ठरवलं तर काहीही करू शकतो,' असा विश्वास लखोबाच्या मनात निर्माण झाला.

निवडणुकीची हवा हळूहळू विरत असतानाच निवडणुकीत विजयी झालेल्या एका विरोधी उमेदवारानं नदीकाठचा चार एकरांचा तुकडा विक्रीस काढला. नाइलाजानं तो व्यवहार लखोबाकडंच आला होता. लखोबाचाही निवडणुकीत बराचसा खर्च झाल्यानं त्याचेही आर्थिक हिशेब काहीसे बिघडले होते, तरीही तो डगमगला नाही. सावकारीतले जवळचे पैसे आणि मीनलचे उर्वरित दागिने विकून त्यानं विरोधकाची जमीन खरेदी केली. आता पुन्हा लखोबा सावकाराची पत थोडी-थोडी वाढू लागली. अल्प-भूधारक लखोबा सावकार आता बहु-भूधारक जमीनदार बनला होता. दरम्यान त्यानं गावातल्या गोरगरिबांना हाताशी धरून प्रस्थापितांना ग्रामपंचायतीच्या निवडणुकीत सळो की पळो करून सोडल्याची चर्चा तालुक्यात रंगली होती. विधानसभा मतदारसंघात सातत्यानं निवडून येणाऱ्या माजी मंत्री महोदयांनीही लखोबाच्या राजकीय कौशल्याची दखल घेतली होती. लखोबाच्या पाठीवर त्यांचा शाबासकीचा हात पडला होता. त्याला ते आपल्यासोबत गुंतवून ठेवू पाहत होते. लखोबाही त्यांच्याकडं जाणीवपूर्वक जात-येत होता. माजी मंत्री महोदयांनीही लखोबाला आर्थिक बळ देण्यास सुरुवात केली. नेत्यांना

असे कर्तबगार कार्यकर्ते हवेच असतात. काही महिन्यांतच नेत्याच्या आशीर्वादानं लखोबानं सार्वजनिक बांधकाम खात्यात छोटी-मोठी गुत्तेदारी सुरू केली.

सावकारीबरोबरच लखोबा गुत्तेदारीत चांगला रमला. राजकारण, गावातलं दुकान, सावकारी, गुत्तेदारी आणि कमीजास्तीला शेतीचा व्याप वाढत गेल्यानं लखोबा सावकार पुरता व्यस्त झाला. घरादाराकडंही लक्ष द्यायला त्याच्याकडं पुरेसा वेळ नसायचा.

जावळीच नाही, तर आजूबाजूच्या परिसरात आणि सबंध तालुक्यात लखोबा सावकाराचं प्रस्थ निर्माण झालं होतं. लखोबा सावकार हे नाव काही आता लहान राहिलं नव्हतं. त्याचं सारं काही सुरळीत सुरू होतं. जिल्ह्याचं ठिकाण असणाऱ्या शहरात घर होतं. गावातही घर होतं. गावातलं दुकान कमीजास्तीला पारू चालवत होती. लेकरं शिकत होती. शेतात माय-बाप, भाऊ राबत होते. त्यामुळं शेतही चांगलं पिकत होतं. लखोबानं जुना कंपाउंडरकीचा धंदा बाजूला ठेवला होता. तो पुरता राजकारण आणि गुत्तेदारीत रुळला होता. असं सारं काही सुरळीत सुरू असताना एके दिवशी त्याला जे दिसलं, ते थक्क करणारं होतं.

माजी मंत्रीसाहेब मुंबईहून दिल्लीला गेलेले. ते काही दिवस जिल्ह्याला येणार नव्हते. त्यामुळं त्यांच्या मागं-पुढं करत फिरायची लखोबाला गरज नव्हती. दिवस लग्नसराईचे होते. गुत्त्याच्या कामावरचे मजूरही त्यादिवशी सुटीवर असल्यानं काम बंद होतं. त्यामुळं अचानक तो दुपारीच शहरातल्या घरी परतला. घराचं दार आतून बंद होतं. दारात मात्र कातडी जोडा पडलेला दिसला. तो बघून लखोबा हबकला. भांबावला. दार ठोठावता ठोठावता थांबला. विचारात पडला. 'हा जोडा कुणाचा? काय भानगड असावी?' असे अनेक प्रश्न त्याच्या मनात आले. काही वेळ दार न ठोठावता तो तसाच उन्हात दारात उभा राहिला. तास अर्धातास झाला, तरी दार काही उघडलं नाही. त्याला काहीच कळत नव्हतं. अखेर संशय वाढल्यानं लखोबानं बऱ्याच वेळानं दार ठोठावलं. ठोठावूनही दार उघडलं जात नसल्यानं तो पुरता वैतागला. पुन्हा दार जोरजोरानं बडवू लागला. तेव्हा दार उघडलं तर काय, घरात मीनलसोबत संतुकराव! लखोबाला बघून दोघांचेही चेहरे पडलेले, कमालीचे घाबरलेलेही. लखोबाला खात्रीशीर अंदाज आला.

मीनल आणि संतुकरावानं तिथं येण्यामागची कारणं सांगितली. काहीही न विचारता दोघंही असंबद्ध कारणं सांगत होती, ती सारी अतार्किक होती. लखोबा चेहऱ्यावर केवळ नाराजी प्रकट करून बराच वेळ सारं काही गुमान गप्प राहून ऐकत होता. त्याच्या मनात विचाराचं वादळ उठलं.

संतुकराव हा बाईलवेडा आणि रंगेल माणूस. गावात त्याची नदीच्या काठी चार-पाच एकरांची काळी कसदार जमीन होती. घरात बायको आणि पोटी एक पोरगं होतं. शेतात कुणीच काम करत नव्हतं. संतुकराव केवळ पाटीलकी झाडत गावात मिरवत राहायचा. सोबतीला रंडीबाजी आणि दारूचं व्यसन होतं. मीनल आणि संतुकरावाचे शरीरसंबंध आता लखोबापासून लपून राहिले नव्हते. कारण दोघांना भरदुपारी बंद घरातच पकडलं गेलं होतं.

बरीच सावरासावर करून संतुकराव आपली सुटका करून घेत तिथून निघून गेला. मीनल मात्र पेचात पडली होती. तिचा व्यभिचारीपणा लखोबाच्या नजरेस आला होता. केवळ कारणं सांगण्यापलीकडं ती काहीही करू शकत नव्हती. कितीही सांगितली तरी ती पटण्यासारखीही नव्हती. कारण लखोबा काही दूधखुळा नव्हता, याची तिला पूर्ण कल्पना होती. दुसऱ्या बाजूला लखोबाच्या मनाचीही तारांबळ उडाली होती. विषय वाढवावा तर आपलीच बदनामी होणार होती. ‘लखोबानं पळवली अन् लंपट संतुकरावानं भोगली,’ अशीच चर्चा होणार होती. मिळवलेलं सारं केरात जाणार होतं. शिवाय संतुकरावही गावचाच. लखोबाच्या सावकारीत तर तो त्याचा कर्जदार होता. लखोबाचे त्याच्याकडं हजारो रुपये अडकले होते. मुद्दल आणि व्याज अशी दुपटीच्या पुढं रक्कम गेली होती, तरीही तो लखोबाकडून दर महिन्याला हजारावर पैसे व्याजाने घेत होता. विषय वाढला तर ते सारंच बुडणार होतं.

घरात दोन-तीन घंटे बसून लखोबा मीनलशी काही न बोलताच सांयकाळच्या सुमारास बाहेर निघून गेला. दरम्यान त्याचा राग शांत करून मन वळवण्यासाठी तिनं आटोकाट प्रयत्न केले होते. ती बरीच लाडीगोडीला आली होती. सारे नखरे करूनही लखोबा काही तिला बधला नव्हता. तो चांगलाच नाराज झाला होता. मीनलचा व्यभिचार त्याच्या चांगलाच जिव्हारी लागला होता. रात्री दहा-अकराच्या सुमारास तो दारू प्यायलेल्या अवस्थेत घरी परतला. कधी दारूच्या थेंबालाही स्पर्श न केलेल्या लखोबानं पहिल्यांदाच दारू प्यायल्यानं मीनल पुरती घाबरली. तिनं अनेक प्रयत्न करूनही तो त्या रात्री तिच्याशी काहीच बोलला नाही; शिवाय त्यानं जेवणही केलं नाही. तसाच तो धुमसून झोपी गेला. लखोबाच्या अबोलपणामुळं मीनलची मती मात्र गुंग झाली होती.

दुसऱ्या दिवसाची पहाट ही कुरबरीनं आणि ताणतणावानंच उजाडली. मीनल आणि

लखोबाच्या दणक्यातल्या भांडणानं दिवसाला सुरुवात झाली. दरम्यान आदल्या दिवशी रात्री फुल्ल दारू पिऊन आलेला लखोबा नशेच्या अमलातच झोपी गेला होता. तो उपाशीही होता. नशेचा अंमल जसजसा कमी होत होता, तसतसा तो झोपल्या ठिकाणीच विचार करू लागला. स्वत:शीच बोलत होता.

'काय कमी केलं होतं मीनलसाठी. तिला आधार दिला होता. रखेल म्हणून ठेवली असली, तरी तिला पत्नीचा दर्जा दिला होता. तिला स्वत:चं नाव दिलं होतं. एक वेगळी ओळख दिली होती. माझ्या नावाचं ती कुंकू लावत होती. तिच्या आजारपणातही तिची सेवाशुश्रुषा केली होती. तिच्यावर जीव लावला होता. एवढं करूनही तिनं संतुकरावाशी लगट का केली असावी?' असं तो स्वत:च्या मनाला पुन:पुन्हा विचारत होता. पहाटेच्या झोपीनंतर सकाळी तो जागा झाला आणि व्यभिचाराचा धक्का सहन न झाल्यानं शिवी हासडत त्यानं शेजारी अंथरुणात झोपलेल्या मीनलच्या पाठीत जोराची लाथ घातली. मीनल चांगलीच विव्हळली.

"का मारताय गरीब गायीला?" मीनलनं विचारलं.

"गाय? आणि तू?" लखोबा रागानं उसळला.

"काय केलं मी?" मीनलनं पुन्हा विचारलं.

"काय केलं? पुन्हा विचारायला लाज कशी वाटत नाही तुला? त्या संत्यासोबत भरदिवसा तोंड काळं केलंस अन् पुन्हा विचारतीस काय केलं म्हणून."

त्यावर मीनल गप्पच राहिली. पुन:पुन्हा विचारूनही ती त्याबद्दल काही बोलत नव्हती. अर्थात संतुकरावासोबतची लगट तिनं अप्रत्यक्षरीत्या मान्यच केली होती. तरीही लखोबाचा संताप काही केल्या कमी होत नव्हता. त्याच्या तोंडाचा पट्टा सुरूच होता. दोघांचं टोकाचं भांडण पेटलं होतं. शेवटी मीनलनं स्वत:ला संपवण्याची भाषा केल्यानं लखोबाच घरातून निघून गेला. तो आठ-दहा दिवस घरी परतलाच नाही. तो मुंबईला मुक्कामी राहिला होता.

लखोबाच्या घरातून असं अचानक गायब होण्यानं मीनल मनोमन चरफडली. शिवाय तो रागाच्या भरात निघून गेल्यानं तिची चिंता अधिकच वाढली. गावाकडं आणि लखोबाच्या आजोळीही तिनं चौकशी केली; पण कुठंच काही सुगावा लागला नाही. राग आणि भांडणामागं कारणही नाजूक असल्यानं अधिकची चौकशीही बदनामीला आवतान देणारी होती. त्यामुळं शांत राहून त्याची वाट पाहणंच तिच्या नशिबी होतं.

तिकडं लखोबाही मुंबईत फिरत होता. शहरी रागरंग पाहत होता. जगण्याचा नवा मार्ग शोधत होता. जिंदगी गोलगोल आहे. जन्मापासून मृत्यूपर्यंतचा प्रवास लांबलचक असला, तरी तो गोलगोलच आहे. जिथं जन्म तिथंच अंत. एवढंच तत्त्वज्ञान त्याला कळलं होतं. जीवन प्रवासात समोर येईल त्या प्रसंगाचा सामना केला पाहिजे. शक्यतो

स्वत: आनंदी कसं राहता येईल, याचाच विचार केला पाहिजे. असा विचार तो त्याच्या मनाशी त्या आठ-दहा दिवसांत करत होता. अखेर त्यानं सोयीप्रमाणं जगण्याचं तत्त्व स्वीकारल्याचं दिसत होतं. शेवटी फिरून फिरून लखोबा शहरातल्या घरी सकाळी सकाळी परतला. लखोबाला पाहताच मीनलच्या जिवात जीव आला. पुढं काही का होईना, ते तिला महत्त्वाचं नव्हतं, तर लखोबा सुखरूप घरी पोचला, हे तिच्यासाठी अधिक महत्त्वाचं होतं. मीनलनं लखोबाचं भीत भीत हास्य वदनानं स्वागत केलं. लखोबानंही थोडं नमतं घेत निर्लज्जपणे गप्प राहूनच घरात प्रवेश केला. त्या दिवशी दुपारपर्यंत तो बराच वेळ झोपून राहिला. मीनलची काळजी मात्र तसूभरही कमी झाली नव्हती. पुढं काय होईल, याची तिला चिंता वाटत होती. लखोबालाही गप्प राहूनच मुद्दामहून तिची चिंता वाढवून मानसिक दमछाक करायची होती.

सायंकाळी चार-पाचच्या सुमारास लखोबा झोपेतून उठला. हात-पाय धुऊन त्यानं जेवण केलं. जेवण करता करता तो मीनलला म्हणाला, "मिने, मी तुला काहीही बोलणार नाही. बोलून काही उपयोगही नाही. जे माझ्या नशिबात होतं ते झालंय. त्याचा दोष मी तुलाही देणार नाही. मी पडलो व्यापातला माणूस. माझ्याकडून घरादारात कुणाकडंच लक्ष देणं शक्य झालं नाही; शिवाय तुही माणूसच आहेस. तुलाही भावना आहेत. तुझ्याही आयुष्यात चांगलं काही घडलं नाही. तुझ्या जवानीत तुला नवऱ्याचं सुख मिळालं नाही. तुझ्या पहिल्या लग्नाच्या नवऱ्यानं तुझ्या चारित्र्यावर संशय घेऊन तुला सोडून दिलं. ते मला माहीत असतानाही मी तुझ्याशी लगट ठेवली. माझी पहिली बायको असताना मी तुझ्याशी दुसरं लग्न केलं. तसे तुझे संत्यासोबतचे संबंध जुनेच असतील. ते मला माहीत नव्हतं. असो. आताही तुझे ते संबंध कायम दिसतात. तरीही मी तुला काही म्हणणार नाही. तुला सोडूनही देणार नाही. तुझ्यात आणि माझ्यात कुठलंही अंतर पडणार नाही. तुझ्या चुकांसह मी तुला स्वीकारलं आहे. मात्र तुझा आणि तुझ्या चुकांचा मी आता फायदा घेणार आहे. तुझं जे चाललंय ते तू कायम सुरू ठेव. माझं मी सुरू ठेवंन. मिने, मी अत्यंत जबाबदारीनं बोलत आहे. मुळात मी पैशांच्या मागं पळणारा माणूस आहे. पैसा आणि प्रतिष्ठा हेच माझं आता अंतिम ध्येय आहे. ते मिळवण्यासाठी मी कुठलीही सीमा गाठायला तयार आहे. त्यातच तुझं अन् माझंही भलं आहे. आता तू एकच करायचं, मी सांगतो तसं वागायचं. ते सारं करत असताना आपलं नवरा-बायकोचं नातं कायम असंल. त्यात फक्त व्यावसायिक आधार असंल. तू संत्यासोबतच काय तर कुणासोबतही संबंध ठेव. त्याला माझा काही आक्षेप असणार नाही. तू काहीही कर. मी काहीही बोलणार नाही. कारण तूच तो मार्ग मला दाखवला आहेस. मला तू दररोज शंभर रुपये या हिशेबानं पैसे द्यायचे. त्या हरामखोर संत्याचा बाजार उठेपर्यंत तरी हा खेळ सुरू राहिला पाहिजे. असं असंल तरच आपला संसार सुरळीत सुरू राहील."

लखोबा न थांबता लांबलचक बोलून गेला. त्याचं बोलणं ऐकून मीनल तर दचकलीच. आवंढा गिळून ती म्हणाली, "तुमच्या जिभेला काही हाडबिड आहे की नाही? तोंडाला येईल ते बोलताय. असा विचार तरी कसा करता? मी तुमची बायको आहे, मोहतराची असली म्हणून काय झालं?"

"ते तू संत्यासोबत लगट करण्यापूर्वी ठरवायला हवं होतं."

"पण हे असं कसं बोलता?"

"मी सांगतो, तस्सचं करायचं. तरच आपले संबंध टिकतील." लखोबानं ठणकावून बजावलं.

"अहो पण, जग काय म्हणंल?"

"कुणालाच काही कळणार नाही. माझ्याकडून तर मुळीच नाही." लखोबाने खात्री दिली.

मीनल पेचात पडली. तिला काहीच कळेना. लखोबाच्या घरातून तिचा कायमचा बाजार तर उठणार नाही ना? असा तिला प्रश्न पडला.

"माझी चूक झाली. यापुढं असं काही होणार नाही. तो भाड्या संत्या मला ब्लॅकमेल करत होता. म्हणून नाइलाज झाला होता माझा. नकळत माझं पाऊल चुकलं अन् माझ्या नशिबाला येऊन पडलं. मी तुमच्या पाया पडते. माझी चूक तुम्ही पदरात घ्या. त्या भाड्याचं मी परत तोंडही बघणार नाही. ऐका माझं. खरं तर मला तुम्हाला तोंड दाखवायलाच जागा राहिली नाही; पण जगाला भिऊन, नको तो तमाशा टाळण्यासाठी मी जिवंत आहे. फक्त तुमच्यासाठीच जिवंत आहे!" असं म्हणून मीनल लखोबापुढं पदर पसरून धाय मोकलून रडू लागली.

लखोबा काहीही ऐकण्याच्या मन:स्थितीत नव्हता. तो पुन्हा म्हणाला, "मीनल मी काय सांगतो, ते तुला ऐकावंच लागंल!"

"नका हो, मला नको त्या पापात लोटू नका."

"मीनल, हे पाप नाही. हा हिशेब समज अन् पापपुण्याच्या गोष्टी तू मला आता शिकवू नकोस, कळलं?"

"असला कसला हिशेब तुमचा? स्वत:च्या बायकोला रंडीबाजी कर म्हणता. मी शेण खाल्लं म्हणून तुम्हीही तस्संच करणार का?"

"मिने, मी थोडं स्पष्टच सांगतो, ते नीट ऐक. तू चूक केलेलीच आहेस. मला तुझं अन् संत्याचं लफडं दिसलं म्हणून मी तुला तसं करायला सांगतोय. जर तसं काही दिसलं नसतं, तर तसं करायला मी स्वप्नातही सांगितलं नसतं तुला. मला त्या संत्यांची आता जिरवायची आहे. त्या भाड्याकडं माझे व्याजाचे पैसे आहेत. व्याजही तिकडंच आणि मुद्दलही तिकडंच आहे. हजारो रुपये अडकलेत त्याच्याकडं माझे. ते एक चांगलं घबाड

सापडलंय मला. आता त्याला तुझ्या जाळ्यात अडकावून मारायचंय मला.”

“अहो, किती पैसे आहेत त्याच्याकडं तुमचे? मी करते तितक्या पैशाची व्यवस्था.” मीनल काकुळतीला येऊन म्हणाली.

“अग, पैशांची गरज आहे कुणाला? मला त्याची जमीन गिळायची आहे!”

“मग, मिळंल की, त्यासाठी मी त्याच्याशी कशाला लगट करायची?”

“तसं नाही. तो मोठा बाईलवेडा आहे. तू त्याला कायम नादाला लावून ठेव. त्या बदल्यात त्याच्याकडून पैसा उकळत राहा. त्यालाही गावात माझ्याशिवाय दुसरं कुणी पैसे देत नाही. तू त्याच्याकडून पैसे उकळत राहायचं. तू उकळलेलेच पैसे मी त्याला पुन्हा व्याजानं देत राहीन. शेवटी रक्कम मोठी झाल्यानंतर मी त्याला गठवून मोकळा होईन एकदाचा.” लखोबानं त्याचा डाव उलगडून मांडला.

‘व्वा रे व्वा चांडाळ. लखोबा सावकार!’ वाट चुकलेल्या मीनललाही लखोबाच्या पाताळयंत्री हिशेबाची कीव येत होती. ती डोळे झाकून त्याचं कथन ऐकत होती. ती पूर्णत: लज्जित झाली होती.

लखोबाचं बोलणं ऐकून मीनलची मती गुंग झाली. तिला काही कळत नव्हतं. कारण लखोबानं मांडलेला प्रस्तावच विचित्र होता. तशी मीनल काही फार चरित्रबाज नव्हती, तरी ती कितीही बाटलेली असली आणि सती सावित्री नसली, तरी उघडपणानं शरीराचा बाजार मांडणं कुण्याही स्त्रीला लाजीरवाणंच वाटतं! लखोबानं सांगितलेलं काम करायलाही तिला मनोमन हरकत नव्हती; पण त्यात तिला एक प्रकारची भीती वाटत होती. ती अशी की, तो खेळ अधिक उघड झाला, तर लखोबाच्या घरातून तिची कायमची हाकालपट्टी होईल; पण संतुकरावासोबतची लगट उघडकीस आल्यानं तिचा नाइलाज झाला होता.

असे तसे काही महिने उलटून गेले. सारं जिकडंतिकडं सामसूम होतं. कुणीच कुणाला काही विचारत नव्हतं. लखोबाला त्या घटनेचा विसर पडंल, असं मीनलला वाटत होतं; पण तसं मात्र काही झालं नाही. एके दिवशी लखोबानंच मीनलकडं संतुकरावाचा विषय काढला. त्याला जाळ्यात अडकवण्याचा डाव पुन्हा तिला सांगितला. चार-सहा महिने होऊनही संतुकराव मीनलकडं फिरकला नव्हता. तो मीनलच्या जाळ्यात अडकला जावा, अशी लखोबाची मनोमन अपेक्षा होती; पण त्याच्याच भीतीमुळं सारं जिकडच्या तिकडं शांत होतं.

एके दिवशी सकाळी लखोबा जावळीत पारासमोरच्या ओट्यावर बसला असताना समोरून संतुकराव येत असल्याचं पाहून तो मुद्दाम चुलतभाऊ महादूला म्हणाला, “काय म्हादबा, मंत्री महोदयांसोबत जायचंय दिल्लीला. येतो का? चल माझ्या सोबतीला.

दहा-पंधरा दिवसांसाठी जायचंय. चल जाऊ, मजा करू. तुझा सारा खर्च मी करतो. उद्या रातच्या गाडीला बसायचंय. दहा-पंधरा दिवस काय यायचं नाही हिकडं."

त्यावर महादू म्हणाला, "सावकार, कसं जमल आम्हा गरिबास्नी दिल्लीवारी. न्हाय जमायचं आम्हास्नी. तुम्ही या जाऊनशानी."

दोघांमधला संवाद संतुकराव ऐकत होता. लखोबाही त्याला मुद्दाम ऐकवण्यासाठीच मोठ्यानं बोलत होता. तशी लखोबानं तो दिल्लीला जाणार असल्याची हवा गावात पसरवली होती. आणि खरोखरच लखोबा चार-दोन दिवसांसाठी मुद्दाम दुसऱ्याच गावी निघून गेला. झालं असं की संतुकरावानंही लखोबा जिल्ह्यात नसल्याची खात्री करवून घेतली. खात्री पटताच तो एके दिवशी मीनलच्या भेटीला गेला. ठरल्याप्रमाणं नाही-होय करत दोन जीव पुन्हा एक झाले. पूर्वी शरीराची आग विझवण्यासाठी ते अगदी अव्यवहारीपणाने एकत्र यायचे. आता मात्र पैशांची गरज म्हणून मीनल संतुकरावाकडून तो काढून घेत होती. असं बरेच दिवस सुरू होतं. त्यात ती संतुकरावाचा खिसा रिकामा करत होती. तोही तिच्यावर पैसे उधळत होता. मीनलकडं जमलेला भाडीचा पैसा लखोबा सावकारीत वापरत होता. संतुकरावाला तर तो चढ्या दरानं लागतील तेवढे कर्जाऊ पैसे देत होता. लखोबाला आपली आणि मीनलची भानगड माहीतच नाही, अशाच हिशेबात संतुकराव वावरत होता. चोरून लपून तो मीनलला भेटायचा. त्या त्या वेळी मीनल त्याला उकळत होती. तिनं त्याला पुरतं कंगाल करून सोडलं होतं. या साऱ्या व्यवहारात मात्र मीनलची मान लखोबापुढं चांगलीच झुकली होती. लखोबानं तिला कायमचं लज्जित करून ठेवलं.

वर्ष-सहा महिन्यांच्या काळात लखोबानं संतुकरावाच्या डोक्यावर कर्जाचं ओझं चांगलंच वाढवलं. ते त्याला फिटणार नाही, याची खात्रीही करून घेतली आणि ऐनवेळी पैसे देण्यासाठी हात आखडता घेतला. शेवटी बाहेरचं शरीरसुख आणि अन्य व्यसनांनी चटावलेल्या संतुकरावाला काही तसं राहावत नव्हतं. कर्जाऊ पैशासाठी तो लखोबाकडं काहीही करायला तयार होता. तेव्हा लखोबानं ती संधी बघून दिलेला सारा पैसा व्याजासह परत मागितला. संतुकराव तर देणार कुठून? शेवटी जाळं टाकून 'पैसे दे, नाहीतर पैशात जमीन दे,' असा संतुकरावापुढं व्यवहारी प्रस्ताव टाकला.

न फिटणारं कर्ज, जडलेलं व्यसन, उत्पन्नाची खुंटलेली साधनं या साऱ्यांचा विचार करून अखेर संतुकरावानं त्याची सारी जमीन लखोबाच्या नावे केली. लखोबा सावकारानं ती तत्काळ ताब्यातही घेतली. ती त्यानं कायमची गिळली. नदीकाठची ती काळी कसदार सारी जमीन ठरवून गिळली. जमीनजायदादीतून संतुकराव बेदखल झाला. कंगाल झाला. घरादारातून-लेकरांबाळातून तो कायमचा उठला. मीनलचंही दार

त्याच्यासाठी कायमचं बंद झालं. हमाली करणं आणि त्या पैशांची दारू पिऊन पडणं, एवढंच संतुकरावाच्या नशिबी शिल्लक होतं. त्या डावात मीनल आणि संतुकराव पुरते हरले होते. लज्जित झाले होते. लखोबाची खोटी प्रतिष्ठा मात्र वाढली होती. चामडीच्या सोंगटीचा डाव त्यानं जिंकला होता. आंधळ्याचा हात आपसूकपणे भलत्याच ठिकाणी विसावला होता!

लखोबा सावकाराच्या कुटुंबानं एक सामाजिक आवर्तन ओलांडलं. चांगल्या-वाईट मार्गानं ते पुढं झेपावत होतं. आता त्याच्या कुटुंबाचा आर्थिक आणि सामाजिक स्तर उंचावला होता. सावकारी आणि गुत्तेदारीचा वरकरणी दिसणारा धंदाही तेजीत होता. सामाजिकदृष्ट्या वरच्या आवर्तनात ते कुटुंब पोचलं. आर्थिक दारिद्र्य संपून त्याच्या जगण्यात चंगळवाद आला. वाळीत टाकलेल्या लोकांनी आता त्याला 'लखोबा सावकार' म्हणून त्याच्याशी जवळीक साधायला सुरुवात केली. दीन दुबळ्यांसह प्रस्थापितांमध्येही त्याच्याविषयीचा खोटानाटा आपलेपणा वाढीस लागला. लखोबासाठीही ते हायसं होतं. मात्र सारं काही मिळूनही तो म्हणावा तेवढा समाधानी नव्हता. पैसा-प्रतिष्ठा मिळवण्यासाठी तो कायमच धावत होता. त्या काळात साखर कारखानदारी, सूतगिरण्या, सहकारी बँका आणि शिक्षणसंस्थांचं पीक माजलं होतं. ज्यांच्या ताब्यात तशी आस्थापनं होती, तीच माणसं अधिक प्रतिष्ठित आणि बलशाली व्यक्तिमत्त्व म्हणून ओळखली जायची. त्याही क्षेत्रात लखोबाला आपली ओळख निर्माण करायची होती. तशी माजी मंत्री महोदयांकडची त्याची उठबस अधिक वाढलेली. त्याचा आधार घेत त्यानं अनेक खटाटोपी करून एक शिक्षणसंस्था मिळवली.

शिक्षणसंस्था मिळाल्यानंतर लखोबा सावकाराच्या प्रतिष्ठेत अधिकची वाढ झाली. संस्थेसाठी त्यानं गावापासून दोनेक किलोमीटर अंतरावर असलेल्या चार गावांना जोडणाऱ्या चौकात जागा खरेदी केली. दोन एकरांची ती मोक्याची जागा होती. माजी मंत्री महोदयांच्या हस्ते संस्थेचं धडाक्यात उद्घाटन करण्यात आलं. कार्यक्रमाला परिसरातल्या आमदार-खासदारांसह इतर राजकीय पदाधिकारी, नात्या-गोत्यातली मंडळी, मित्रपरिवार आणि गावातल्या लोकांनाही आमंत्रित केलं होतं.

जावळीचा लखोबा सावकार आता शिक्षण संस्थाचालक म्हणून पुढं आला होता. तसा तो स्वत:ला मिरवून घेण्यात थोडीही कसर करत नव्हता. मंत्री महोदयांनीही लखोबाचं भरभाषणात तोंडभरून कौतुक केलं. त्यामुळं तर तो पुरता हरखून गेला होता. त्याच्यात दहा हत्तींचं बळ आलं होतं.

लखोबा नेटानं संस्थेच्या कामाला लागला. प्राथमिक आणि माध्यमिकची दहावीपर्यंतची शाळा सरस्वती विद्यामंदिरच्या नावानं सुरू झाली. तशी गावातली जिल्हा परिषदेची शाळा मोडकळीस आलेली होतीच. जिल्हा परिषदेच्या अधिकारी आणि पदाधिकाऱ्यांना हाताशी धरून त्यानं ती कायमची कशी बंद पडेल, याचीच व्यवस्था केली. ती बंद झाली तरच लखोबाच्या शिक्षणसंस्थेचं दुकान तेजीत चालणार होतं. विषेश म्हणजे तो त्याच जिल्हा परिषदेच्या शाळेत शिकला होता.

पहिल्यांदा पत्र्याचं शेड आणि त्यानंतर पक्कं बांधकाम केलेली सरस्वती विद्यामंदिरची इमारत. संस्थेचा डामडौल बघून होणारे विद्यार्थ्यांचे प्रवेश आणि शिक्षक भरतीत लखोबा पुरता व्यस्त झाला होता. जावळी आणि आसपासच्या खेड्यांतील मुलांची बऱ्यापैकी भरती शाळेत होत होती. त्याच दोनेक वर्षांच्या दरम्यान लखोबानं माजी मंत्री महोदयांच्या वडिलांच्या नावानं एक वसतिगृहही मंजूर करून आणलं. त्याचंही काम जोरात सुरू झालं. विद्यार्थी कमी असतानाही जास्तीच्या नोंदी दाखवून संस्थेत मोठा भ्रष्टाचार सुरू होता. मुळात केवळ प्रतिष्ठा आणि पैसा कमवण्यासाठीच संस्थेची उभारणी झाल्यानं तिथं वेगळं काही चांगलं घडण्याची अपेक्षाच करणं गैर होतं. इतर बऱ्याच शैक्षणिक संस्थांप्रमाणं लखोबाच्या संस्थेचाही कारभार सुरू होता. नवीन संस्था म्हणून पहिली तीन-चार वर्षं कमीजास्तीचं सारं भागून गेलं. नंतर मात्र नोकरीसाठी मोठमोठे डोनेशन देऊनही तिथं चांगलं भविष्य दिसत नसल्यानं अनेक शिक्षक आणि शिक्षकेतर कर्मचारी नोकरी सोडून निघून जात होते. काही जण लखोबाशी खळखळ करत होते; पण कुणाच्या हाती काही लागत नव्हतं. शेवटी कर्मचाऱ्यांचंच शोषण होत होतं. बेकारीच्या काळात लखोबाला दर वर्षाला नवीन कर्मचारी मिळत होते. तेही आशेनं वर्षभर काम करत होते. काही जण तर अगदी घरगड्यासारखं लखोबाच्या घरात आणि शेतातही राबत होते. शेवटी भविष्य दिसत नसल्यानं वर्षभर फुकट राबून निघून जात होते. त्यात लखोबाची संस्था मात्र कशीबशी चालत होती. विद्यार्थीही जसं शिकवलं जाईल, तसं शिकत होते. कसंबसं पास-नापास होऊन निघून जात होते.

दरम्यानच्या काळात एक करामत घडली. पावसाळ्याच्या तोंडावर शाळा चांगल्या सुरू झाल्या. पहिले दोन-तीन महिने संपले. सप्टेंबरचा महिना लागला. शेतशिवारात सुगीचे दिवस सुरू झाले. उडदाची काढणी आणि मळणी तोंडावर होती. मजुरांची वानवा तर होतीच. वरून सारखा धो-धो पाऊस बरसत होता. उडदाच्या उभ्या डहाळ्यावरच शेंगातून बियांना करे फुटत होते. लखोबाच्या शेतातही मोठ्या प्रमाणात उडदाची पेरणी झालेली. त्या काळात उडीद हेच खरिपातलं नगदी पीक होतं. लखोबाला रानातलं उभं उडदाचं पीक वाया जाऊ द्यायचं नव्हतं. झालं असं, की त्यानं रविवारसह जोडून आलेल्या दोन-तीन दिवसांच्या सुटीत मुख्याध्यापकासंह सर्व शिक्षक, शिपाई

आणि इतर कर्मचाऱ्यांना शेतात बोलावून घेतलं. बोलावून घेतलं म्हणजे तिथं काही शालेय कामकाज करायचं नव्हतं, तर शेतात काढणीला आलेला उडीद कापून त्याची बनीम लावायची होती. संस्थापक लखोबा सावकारसह सारे मिळून पंधरा-सोळा जण होते. चांगलं सकाळपासून दुपारी दोन वाजेपर्यंत कापणीचं दोन वावरातलं काम झालं. लखोबा सावकार बांधावरच बसून असल्यानं कुण्या कर्मचाऱ्यांत कुचराई करण्याची हिंमत नव्हती. दुपारची जेवणाची वेळ झाली होती. दरम्यान गावातलाच संगाप्पा शाळेत शिपाई म्हणून नोकरीला होता. दोन-तीन पातीची कापणी झाल्यानंतर लखोबानं त्याला साऱ्या मास्तरांसाठी भाकरी-भाजी आणण्यासाठी घरी पाठवलं होतं. घरी दुकान सांभाळत सांभाळत पारूनं पन्नास-साठ भाकरी आणि घागरभर पातळ दाळ बनवली होती. सोबतीला हिरव्या मिरच्यांचा ठेचा डबा भरून दिला होता. संगाप्पा आणि लखोबाचा थोरला मुलगा प्रकाशनं भाकरी-भाजी वावरात आणली. अंग मेहनतीचं काम झाल्यानं साऱ्यांनी झाडाखाली बसून भूत लागल्यागत जेवणं उरकली. मास्तर मंडळी जेवण करत असतानाच शिपाई संगाप्पा आडवा पडला होता. तो चांगलाच ढाराढूर करत घोरत झोपला होता. त्याला गाढ झोप लागली होती.

जेवणं झाली. पानसुपारी झाली. काहींनी बाजूला जाऊन बिडीकाडी उरकली होती. काहींचं अंगाला पीळ देऊन झालं होतं. दुपारहून तिसऱ्या वावरात कापणीला लागायचं होतं. रात्रीच्या भाकरीची सोय करायची गरज नसल्यानं संगाप्पालाही इतरांसोबत कापणीशिवाय दुसरं काही काम असण्याचं कारण नव्हतं. तरीही तो झोपेतून उठत नव्हता. लखोबानं चार-दोन हाका मारूनही तो काही उठला नव्हता. जशा हाका माराव्यात तसा तो अधिकच्या झोपेचं सोंग घेऊन पडून होता. संगाप्पानं कामाला बगल दिली, तर बाकीची मंडळीही कुचराई करण्याची शक्यता होती. त्यामुळे लखोबानं लावलेली शिस्त बिघडणार होती. तशी बेशिस्त लखोबाला नको होती. मास्तर मंडळी कामावर आणि शिपाई झोपून, तसं झालं तर संस्थाचालकाच्याच इज्जतीचा पचका होणार होता. ही सारी परिस्थिती लखोबानं हेरली. सुरुवातीला त्यानं संगाप्पाला लाडीगोडीनं चुचकारलं; पण संगाप्पाही लखोबाचं सारं पाणी जोखून होता. बिनपगारी शिपाईकाम करणाऱ्या संगाप्पालाही लखोबाचा साऱ्यादेखत हिशेब चुकता करायचा होता. तो फक्त संधी शोधत होता.

लखोबा संगाप्पाला म्हणाला, “आरं, उठ की रं संगाप्पा. ही काय झोपायची वेळ आहे का?”

“नाहीजी सावकार, पण माझं आज डोस्कं लयी दुखाया लागलंया. चक्करबी येतीया.” संगाप्पा आडवा पडूनच म्हणाला.

“भोसडीच्या, मी काम करतोय. सारे मास्तरलोक काम करत आहेत. हेडमास्तरसुद्धा

राबतोय आणि तुझी दुखायली व्हयं रं भाडखाऊ!" लखोबानं नेहमीप्रमाणं शिवी हासडली.

लखोबानं शिवी देताच संगाप्पाचाही पारा चढला. आडवा पडलेला संगाप्पा वायू वेगानं उठला आणि चवताळून म्हणाला, "तू कुणाला भाडखाऊ म्हणतू रं लखख्या, हरामखोर. तू कुणाला भाड खाऊ घातलीसा? भाड तर तू खातू अन् आम्हांस्नी भाडखाऊ म्हणतू. व्हय रं ए ए. अकराच्या हरामखोरा. दोन वरसं झाली फुक्कट काम करून घेतोस साळंत. अन् तूच आम्हांस्नी भाडखाऊ म्हणतू. लाज वाटती का रं तुला थुडी बहुत तरी?"

साधाभोळा असणारा, नेहमी सर्वांशी आदबीनं वागणारा संगाप्पा थेट अरे-तुरेची भाषा करताना बघून सारी मास्तर मंडळी कावरी-बावरी झाली. तो थेट संस्थाचालकाशीच भिडल्यानं सारे जण अवाक् झाले. संगाप्पाचं बोलणं लखोबालाही सहन झालं नाही. त्याच्यातला संस्थाचालक जागा झाला; शिवाय साऱ्या मास्तरांसमोर संगाप्पानं त्याचा केलेला उद्धार त्याच्या जिव्हारी लागला. तोही संगाप्पाच्या अंगावर धावून गेला. भांडण वाढत चाललं होतं. लखोबानं संगाप्पाच्या दोन-चार थोबाडीत मारल्या. संगाप्पानंही लखोबाला चार दणके देऊन चिखलात लोळवलं. त्याला खाली घालून संगाप्पा त्याच्या छाताडावर बसला. सारा प्रकार क्षणार्धात घडला होता. ते सारं पाहून हेडमास्तर भांडण सोडवण्यासाठी धावतपळत आले. इतर मास्तर मंडळीही तिथं जमली. सोडवा सोडव झाली. मारामारी थांबली असली तरी दोघंही एकमेकांना अर्वाच्य शिव्या देत होते. हेडमास्तर दोघांनाही शांत करण्याचा प्रयत्न करत होते. लखोबालाच संगाप्पापासून दूर नेण्यात आले. हेडमास्तरांनीच लखोबाची समजूत घातली. संगाप्पा हा शिपाई होता. इतरांच्या तुलनेत तो कमी शिकलेला. त्याचा धागा पकडून हेडमास्तर म्हणाले, "असू द्या साहेब, काय कळतं त्याला? बोलून चालून तो अडाणी शिपाई माणूस. काय नादाला लागायचं त्याच्या?"

"अडाणी असला म्हणून काय झालं, तो काय शेण खातो काय? कुणाला कसं बोलावं, तेपण कळत नाही का त्याला?" लखोबाही चांगलाच गुर्मीत बोलत होता.

"शांत बसा साहेब, जाऊ द्या. तो तितका शहाणा असता, तर शिपाई म्हणून कशाला कामाला राहिला असता. त्याची बुद्धीच तितकी!" हेडमास्तर लखोबाला समजुतीच्या सुरात म्हणाले.

हेडमास्तर लखोबाला शांत करण्याच्या नादात होते. तिकडं संगाप्पाच्या तोंडाचा पट्टा मात्र सुरूच होता. तो शिव्यांची लाखोली वाहत होता. दरम्यान उद्यापासून शाळेत नोकरीला न येण्याचं लखोबानं संगाप्पाला सुनावलं होतं. एवढं रामायण घडल्यानंतर पुन्हा शाळेत नोकरीला जाण्यात काही हित नव्हतं, याची कल्पना संगाप्पालाही होती.

म्हणूनच तो तोंड सोडून बोलत होता. तळतळून तोंडाला येईल त्या भाषेत शिव्याशाप देत होता.

"गेल्या दोन वर्सापासून तू मला फुकट राबवून घेतलासा, साळंतबी अन् शेतात-घरातबी काम करून घेतलासा. रुपयाबी दिला न्हाईस. माझं कष्ट फुका गेलं. ते तुला पचायचं नाही. तुझं कधीच चांगलं व्हायाचं न्हाय. तुझं वाट्ुळं व्हईल. तुला माझ्या लेकरांबाळाचा तळतळाट लागंल!" असं म्हणून संगाप्पा वाटेल तशा शिव्या देत होता.

संगाप्पाच्या शिव्या ऐकून तिथं असलेल्या कर्मचाऱ्यांना मात्र गुदगुल्या होत होत्या. आपल्या मनातलं किमान संगाप्पा तरी बोलून जातोय, याचं समाधान गुमान फुकटात काम करणाऱ्या इतर काही कर्मचाऱ्यांना वाटत होतं. संगाप्पाला शेतातून हुसकावून लावून हेडमास्तर मात्र लखोबाचं समाधान करण्यात गुंतले होते. भांडणाच्या गोंधळात इतर कर्मचाऱ्यांच्या कामात मात्र गती आली होती. भीतीपोटी सारी मंडळी कापलेला उडीत घाईघाईत गोळा करून त्याची बनीम रचत होते. साऱ्या कर्मचाऱ्यांच्या समक्ष संगाप्पानं लखोबाला अर्वाच्य शिवीगाळ केल्यानं त्याची सारी इज्जत मातीमोल झाली होती. लखोबाच्या मनाला नेहमी खटकणारी अक्करमाशी ही शिवी त्यानं हासडल्यानं तर लखोबा पुन्हा पुरता घायाळ झाला होता. साध्या शिपायाकडून झालेला त्याचा पानउतारा त्याला सहन होणारा नव्हता. तो मानसिकदृष्ट्या कोसळला होता. त्याची मती गुंग झाली होती. झालेल्या घटनेची सपादणूक करण्यासाठी लखोबा सर्व कर्मचाऱ्यांना इतर संस्थाचालकसुद्धा त्यांच्या कर्मचाऱ्यांकडून कशी नको ती कामं करून घेतात, त्याचे धडे देत होता. इतर संस्थाचालकांच्या तुलनेत आपणच किती चांगले संस्थाचालक आहोत, हे बिंबवण्याचा प्रयत्न तो करत होता. इतर कर्मचारी मात्र लखोबाच्या समाधानासाठी माना हलवून त्याच्या म्हणण्याला बळंबळं दुजोरा देत होते. 'साहेब, तुमचंच खरं!' असं म्हणत होते.

लखोबानं टाकलेल्या मीनलच्या जाळ्यात संतुकरावाचा पुरता खुर्दा झाला होता. तो खंगला होता. त्याच्या खिशात आता दाम येत नव्हता. ना अंगात दम राहिला नव्हता. मिळेल ती कामं करून तो मुकाट्यानं कसेबसे दिवस लोटत होता. पाटीलकी हाकून आयुष्यभर नुसती मौजमजा केलेला संतुकराव मोलमजुरीच्या कामानं पुरता वाळून गेला होता. अंगातल्या हाडांची धलपांडं दिसत होती. खाल्ल्या पिल्या अंगाचं पार पंजर झालं होतं. त्याचे पुरते हाल होत होते. त्याची जमीनजायदाद मीनलच्या पायात गेली. खरं तर लखोबानं ती गिळली होती. एवढ्यावरच लखोबाची भूक भागली नव्हती. तो फारच लकला होता. मीनलच्या माध्यमातून तो आणखीन इतरांचीही घरं उठवू पाहत होता. गप्प बसणाऱ्यांपैकी तो नव्हता. चांगला कुटाणेखोर होता. वाटेल त्या मार्गानं केवळ धनदौलत मिळवून तो श्रीमंत होऊ पाहत होता. त्यासाठी त्यानं सारी लाजलज्जाच सोडली होती.

एके दिवशी गडाळ्याच्या तुळशीराम उनाळ्याची आणि लखोबाची एका लग्नात भेट झाली. लखोबा तसा सोयीप्रमाणं ओळखीपाळखी काढून माणसं हेरण्यात पटाईत होता. इकडच्या तिकडच्या गप्पाटप्पा मारून त्यानं तुळशीरामसोबत गट्टी जमवली. तुळशीराम हा वयानं साधारणत: पन्नास-पंचावन्नीतला गडी. तो कमालीचा रगेल आणि तितकाच रंगेलही! सारे शानशौक बाळगणारं व्यक्तिमत्त्व म्हणून तो परिसरात परिचित होता. तशी ती मोठी आसामी. साठ-सत्तर एकरांचा बारदाना हाताशी. अर्धीनिम्मी जमीन पाण्याखाली भिजत होती. मोठा बागायतदार शेतकरी होता तो. त्याची दोन्ही मुलं शिकून मोठी झालेली. अमेरिकेत नामांकित कंपन्यांत मानाच्या पदावर होती. तिथंच ती स्थिरस्थावरही झालेली. धाकट्या मुलीचंही मोठ्या घरंदाज आणि सुखवस्तू घराण्यात

लग्न झालं होतं. तिचा नवरा मोठा सरकारी अधिकारी. ती तिच्या नवऱ्यासोबत मुंबईत असायची. माहेराकडं ढुंकूनही बघायला तिला वेळ नसायचा. सारी सुखं पायाशी लोळणं घेण्यासारखी परिस्थिती असताना तुळशीराम उनाळ्याच्या बायकोचं चार-सहा महिन्यांपूर्वीच दीर्घ आजारानं निधन झालं होतं. तेव्हापासून तुळशीराम एकाकी पडला होता. दोन्ही मुलं गावाकडं परतायला तयार नव्हती. बापाच्या ख्याली-खुशालीची त्यांना थोडीही चिंता नव्हती. ती त्यांच्याच सुखी जीवनात गुरफटली होती. त्यामुळं तुळशीरामचा वनवास आणि उदासपणा मात्र वाढला होता. त्याच्या त्या साऱ्या दुखऱ्या बाजू लखोबा जाणून होता. त्याचाच धागा पकडून लखोबानं तुळशीराम उनाळ्यावर जाळं फेकलं.

लखोबा त्याला म्हणाला, "काय तुळशीराम कारभारी, जिवाचं किती मातेरं करून घेता? राजासारखं जगायचं सोडून काय वनवास भोगताय अन् कुणासाठी करता एवढं जिवाचं रान?"

"आलीया भोगासी, असावे सादर!" असं म्हणून तुळशीराम विषयांतर करू पाहत होता.

"तसं नाही कारभारी, तुमच्यासारखा वाघ असलेला, अंगापिंडानं रगेल माणूस शेळीसारखं जिणं जगतोय, ते काही माझ्यासारख्याच्या बुद्धीला पटत नाही बुवा. म्हणून सहज बोललो. माझं काही चुकत असंल तर माफ करा." लखोबानं चतुराईनं तुळशीरामला अधिक बोलतं करण्याचा प्रयत्न केला.

"काय करावं म्हणता सावकार?" तुळशीराम कुतुहलानं विचारू लागला.

"तुमच्यासारख्या चांगल्या माणसांची होत असलेली आबदा पाहवत नाही, कारभारी."

"तुम्हाला नेमकं काय म्हणायचंय सावकार, ते तरी नीट सांगा. असं कोड्यात नका बोलू."

"तसं नाही. तुमचं एकट्यानं जगायचं काय वय आहे का हे? म्हणून म्हणलं."

"आता काय करणार सावकार. बायकोसाठी खूप खस्ता खाल्ल्या. भरपूर दवाखाने केले. काहीच उपयोग झाला नाही."

"जे नको ते झालं. ते खरं आहे. तुमचं गेलेलं माणूस थोडंच माघारी येणार आहे आता? अन् त्याचा विचार करत बसून तरी थोडंच भागणार आहे. मी म्हणतो, झालं गेलं गंगेला मिळालं. आता इथून पुढं जगायला खरी सोबत लागते. तसं तुमचं थोडंच म्हातारपणाचं वय झालंय. आजही तुमच्या अंगात चांगलीच रग आहे म्हणायचं."

"मग काय आता पुन्हा लगीन कर म्हणता की काय सावकार तुम्ही मला?" असं म्हणून तुळशीराम हसायला लागला.

"काय हरकत आहे कारभारी. साठ-पासष्ट वर्षांचे लंगाटचोट म्हातारेसुद्धा कितीतरी लग्न करायला लागलेत. तुमचं तर असं कुठं वय झालंय तेवढं? आणि तुम्हाला काय कमी आहे. तेवढा विचार करायला?" लखोबानं शब्द खाली पडू न देता तुळशीरामच्या भावना चेतवून स्वाभिमान जागवला.

"अहो पण, जग काय म्हणेल?"

"तुम्ही जगाचा विचार करताय, ते खरं; पण तुमचा कुणी विचार करतं का? तुम्ही काय खाता, काय पिता, कुठं राहता, याचा विचार करतं का कुणी? तुम्हालाही विचारणारं, तुमची काळजी घेणारं हक्काचं कुणी तरी असायला नको का? पोट काय माणूस कसंही भरंल हो; पण शरीराची भूक कशी भागवायची कारभारी? तसं तुमचं वयच किती झालंय असं?" लखोबा तुळशीरामला भडकावत होता.

"होय हो. पण मला मोठमोठाली लेकरं आहेत. सुना आहेत. लेक आहे, जावई आहे, नातवंडं झाली आहेत. ते काय म्हणतील? म्हणाले नाहीत तरी त्यांना मनातून काहीतरी वाटंलच ना?" तुळशीरामनं चिंता व्यक्त केली.

"काय कारभारी, साऱ्या गोष्टी थोड्याच जगजाहीर करायच्या असत्यात? तुम्हाला मी थोडंच वाजत गाजत लग्न करा म्हणतोय?" लखोबा हजरजबाबीपणानं तुळशीरामला गोंजारत होता.

"अहो पण, या वयात मला कोण बायकू देणार?"

"ते माझ्यावर सोडा. मी बघतो काय ते. तुमच्यासारख्या बड्या आसामीला कोण नाही म्हणतंय? तुमचा विचार पक्का आहे का ते सांगा फक्त." लखोबानं तुळशीरामचा शब्द खाली पडू दिला नाही.

तुळशीराम विचारात पडला. थोडा विचार करून मग म्हणाला, "बघू विचार करून. पुन्हा बोलू एका दिवशी निवांतपणी या विषयावर."

लखोबानं तुळशीराम उनाळ्याला चांगलंच आशेला लावलं होतं. त्याला वेड लागणार होतं. त्याच्या भावना चाळवल्या जाणार याची पुरती खात्री लखोबाला झाली होती. तो स्वत:हून आपल्या मागं लागणार, याचा त्याला विश्वास होता. नादाला लावून चालढकल करण्याचा लखोबाचा बेत होता. झालंही तसंच. त्यानंतर लखोबानं तुळशीरामची आठ-दहा दिवस भेटच होऊ दिली नाही. कुठं मुंबई, कुठं पुणं, कुठं जिल्ह्याच्या ठिकाणी, तर कुठं माजी मंत्री महोदयांसोबत असल्याचा वेगवेगळा बहाणा तो करत होता. दरम्यान तुळशीरामनं मात्र लखोबाकडं तीन-चार चकरा मारल्या. लखोबा भलताच इरसाल आणि बाराचा होता! तुळशीरामला नादाला लावून तो त्याचा अंत पाहत होता.

पंधरा-वीस दिवस निघून गेल्यानंतर परिस्थितीचा अंदाज घेऊन लखोबानं एके

दिवशी तुळशीराम उनाळ्याची भेट घेतली. तुळशीराम भलताच नादाला लागल्यानं घाईला आल्याचं त्याला समजून येत होतं. लखोबा मुद्यामहून दुसऱ्याच विषयावर बोलत होता. मूळ विषयाला तो जाणीवपूर्वक बगल द्यायचा, तसतशी तुळशीरामची चुळबूळ वाढत होती. शेवटी स्वत:च पुढाकार घेत तुळशीरामनं बेधडक मूळ विषयालाच हात घालत विचारलं, "काय झालं सावकार, आम्हाला नादाला लावून तुम्ही आमच्या कामाचं विसरलात की काय?"

"कसं विसरणार कारभारी तुमचं काम? तीन-चार वेळा जाऊन आलो तिकडं, तुम्ही होकार देण्याआधीच. तसा तुमचा होकार मी गृहीत धरलेला होताच. आहे एक माल लयी झक्कास बरं. मी हेरून ठेवलाय चांगला." लखोबानं ठोकून दिलं.

"मग, पुढं काय झालं?" तुळशीराम उत्सुकतेनं विचारू लागला.

"कसं आहे कारभारी, बाईची जात मनात असलं तरीबी इतक्या लवकर थोडंच राजी होईल?"

"म्हणजे?"

"तुम्ही काळजी करू नका कारभारी. उद्या आणखी एक वेळा जाऊन येतो. त्यापूर्वी तुमचा फायनल विचार घ्यावा म्हणून आलो होतो मुद्यामहून." लखोबानं थाप मारली.

"काय ते बघा मग लवकर. माझा विचार पक्का असल्याबिगर चकरा मारल्या का मी तुमच्याकडं?"

"तर मग नक्की समजायचं तुमचं?"

"हो नक्की; पण एक सांगून ठेवतो. याबद्दल या कानाची खबर त्या कानाला लागायला नको सावकार. नाहीतर साऱ्या तालुक्यात आमच्या इज्जतीचं खोबरं व्हायचं बिनाकामाचं!" तुळशीरामनं भीत भीत पक्का होकार दिला.

"त्याची काळजी नका करू तुम्ही कारभारी."

"बरं, बाई चांगली आहे नव्हं?"

"कारभारी, बाई नव्हं. चांगली तरणी पोरगी आहे म्हणा! तशी प्राथमिक बोलणी झाल्यावर दाखवतो की एकदा तुम्हाला अगदी जवळून. जशी इंद्राच्या दरबारातली अप्सराच बघा ती!" लखोबानं अधिकची हवा भरली.

"बरं सावकार, ती आमच्या जातीची का दुसऱ्या कुण्या जातीची?"

"काय कारभारी, जातीची करून काय लेकरं हाळजायची आहेत का पुन्हा? का सोबतीला घेऊन मिरवायची?" लखोबा हसून म्हणाला.

"का, लेकरं व्हणार नाहीत का काय आम्हाला सावकार? झाली तरीबी संभाळायची शाम्रत आहे की पठ्ठ्याची!" तुळशीरामनं लखोबाच्या मांडीवर जोराची थाप मारत आपली मर्दानगी दाखवून दिली.

"तसं नाही कारभारी, पोरगी चांगल्या घरची आहे. देखणी आणि रूपवान आहे. अगदी तुम्हाला शोभणारी आहे. तिच्या जातीवरून काय करायचं आपल्याला? खायला, प्यायला नि भोगायला झाली म्हणजे बस्स झालं! तिला पुन्हा लेकरं होऊ देऊन तमाशा करून घ्यायचा की काय?"

"तेबी खरंच आहे म्हणायचं. मग बघा काय ते लवकर. जसं तुम्हाला जमतंय तसं." तुळशीरामनं पुन्हा एकवार दिलखुलास सहमती दिली.

त्या विषयावरून दोघांच्या बराच वेळ आंबट-गोड गप्पा झाल्या. तुळशीरामनं बसल्या जागी पानाला कात-चुना लावला. तयार झालेला विडा सावकाराला खायला दिला. दुसरा विडा स्वत:साठी बनवला. त्या विड्याला फक्त चुनाच लावला. काताचा खडा स्वतंत्रपणे स्टाईलनं तोंडात फेकला. वरून गावरान तंबाखू मळून तिचा तोबराही भरला. लखोबा तर तंबाखू खात नव्हता. त्यानंतर लखोबा निरोप घेऊन तिथून निघण्यासाठी तयार होताच तुळशीराम म्हणाला, "सावकार, आज मी असा तुम्हाला मोकळा जाऊ देणार नाही. आज माझ्याकडं तुमचा रंगीन पाहुणचार होईल."

"तसं नाही कारभारी, मला पोरीकडं जाऊन काम फत्ते करायला नको का?" लखोबा म्हणाला.

"ते उद्याला करा. आज माझा पाहुणचार घ्यायचा. आज रातच्याला चांगली तीन-चार गावरान कोंबडी कापायची, दारूसोबत जिवाची चैन करायची." तुळशीराम म्हणाला.

"कारभारी, मी त्यातला नाही. मी कधीच पीत नाही." लखोबानं सांगितलं.

"तुम्ही पिऊ नका. फक्त सोबत द्या. तुम्ही कोंबड्यावर ताव मारा. अख्खं कोंबडं पार केलं पाहिजे एकट्या सावकारानं!"

"हं.. तसं जमल; पण दारू प्यायची हिंमत नाही व्हायची आपली."

"मग निघू थोड्या वेळानं सरळ मळ्यात!" तुळशीराम म्हणाला.

रात्रीच्या कार्यक्रमाच्या बेतानं तुळशीराम आणि लखोबा सायंकाळी येरवाळीच मळ्याकडं निघाले. लखोबालाही त्यानिमित्तानं तुळशीराम उनाळ्याचं संपूर्ण पाणी जोखायचं होतं. त्याची तपशिलानं अधिकची माहिती काढून घ्यायची होती. दोघंही मळ्याकडं निघाले. सावकार सोबतीला असल्यानं त्याची मनाजोगी महेमाननवाजी तुळशीरामला करायची होती. मळा तसा चांगला गावापासून मैल-अर्धा मैल लांबच होता. गावापासून दहा-पाच शेतकऱ्यांची वावरं संपल्यानंतर उनाळ्यांच्या शेताची नंबरं लागत. जमिनी काळ्या कसदार होत्या. शेत-शिवारातून हिरवीकंच पिकं बहरलेली दिसली. तुळशीराम 'ही जमीन अमक्याची, ती जमीन तमक्याची,' अशी माहिती सांगत होता. लखोबाही 'हूं.. हूं..' म्हणून तुळशीरामचं बोलणं तुटू देत नव्हता. बरंच अंतर

चालून झाल्यानंतर मळ्यात एका मोठ्या ओढ्याच्या काठाला टेकड्यावर तुळशीरामचा टोलेजंग आखाडा होता. आखाड्यावर चार-पाच बैलजोड्या, गाड्या, इकनफाटा होता. गायी-म्हशी होत्या. वासरं होती. भाकड जनावरांसह दुभती जनावरंही मुबलक होती. हिरव्या चाऱ्यासह कडब्यांच्या मोठमोठाल्या गंजी रचलेल्या होत्या. शेजारीच गुऱ्हाळाचं चुलवण होतं. चुलवणावरच्या आसऱ्याला तुळशीरामची जीपगाडी बसून होती. साठ-सत्तर एकरांचा लवाजमा आणि कुणबावा करण्यासाठी दोन-तीन गुराख्यांसह तीन-चार सालगडी लेकरांबाळासह आखाड्यावरच मुक्कामी राहत असलेली लखोबाला दिसून आली. सालगड्यांच्या सोयीसाठी दगडा-मातीनं बांधलेली घरं होती. आखाड्याखालीच एक-दीड एकराची जमीन गुंतलेली असावी. त्याच्याशेजारीच दहा-बारा पुरुष खोलीची चिऱ्यानं बांधलेली मोठी विहीर होती. ती पाण्यानं तुडुंब भरलेली दिसली. त्यावर इंजिन आणि मोटाही होत्या. अलीकडच्या काळातच त्यावर विद्युत पंपही बसवलेला दिसला. अर्ध्या-निम्म्या जमिनीत ऊस होता. मोठी आमराई होती. कुठल्याच गोष्टीची तुळशीरामकडं कमी नव्हती. तुळशीरामचा व्यवहार मोठाड दिसत होता. नगदी पिकाच्या उत्पन्नावरच फक्त तो लक्ष द्यायचा. किरकोळ तृणधान्य, दाळी-दुळीच्या वाणाची तर सालगडी आणि रोजगारीच परस्पर विल्हेवाट लावत. दूध-दुभतंही मळ्यात राबणारी माणसंच खातपीत होती. साऱ्यांची चंगळ होती. तुळशीरामला हिशेब विचारणारं कुणीच जवळ नव्हतं. त्याची गरजही कुणाला नव्हती. तुळशीराम नावाचं मोठं घबाडच लखोबाच्या हाती लागलं होतं. सारं वैभव बघून लखोबा हरखून गेला होता. आखाड्यावरचा रात्रीचा मुक्काम फायद्याचा ठरणार होता. दारूच्या नशेतली तुळशीरामची बडबड लखोबाला ऐकायला मिळणार होती. त्यामुळं लखोबाच्या ज्ञानात मोठी भर पडणार होती! नशिली बडबड ऐकण्यासाठी लखोबा आतुरच होता.

दुसऱ्या दिवशी सायंकाळी लखोबा लवकरच गावाकडून शहरातल्या घरी मीनलकडं आला. तो भलताच खुशीत असल्याचं मीनलनं ओळखलं. तो काही खुशीत असला म्हणजे त्याच्या मनात काहीतरी वेगळंच काळंबेरं शिजलेलं असायचं. ती त्याचा स्वभाव पुरती ओळखून होती. घरी आल्यापासून तो मीनलसाठी सारखा गोंडा घोळत होता. तिचं कौतुकानं लांगूलचालन करत होता. रात्री दोघांनी बाहेर हॉटेलात जाऊन जेवण करण्याचं त्यानं तिला सांगितलं. ठरल्यानुसार जेवणासाठी ते शहरातल्या चांगल्या हॉटेलात गेले. जेवणं उरकून घरी यायला बराच उशीर झाला होता. झोपायची वेळ टळून गेल्यानं दोघांचीही झोपमोड झालेली. मग दोघंही बराच वेळ गप्पा मारत बसले. मीनलचा मूड बघून हळूच लखोबा म्हणाला, "मीनल, एक मालदार चित्तुर सापडलंय. त्याची मला शिकार करायची आहे. त्यासाठी मला तुझी मोलाची मदत लागणार आहे."

"कसली शिकार आणि माझी कसली मदत? मी काही समजले नाही." मीनल

कावरी-बावरी होऊन म्हणाली.

"तसं काही विशेष नाही. संत्यासारखंच एक चित्तुर सापडलंय. त्यासाठी पुन्हा तुझ्या जाळ्यात त्याला अडकावायचं ठरवलंय मी."

"माझी काय एक चूक झाली आणि त्याचं तुम्ही सारखं भांडवल करून वापरायला लागलात. मला तुम्हालासुद्धा तोंड दाखवायला जागा राहिली नाही." पुन्हा नको त्या भानगडीचा अंदाज आल्यानं मीनलनं अप्रत्यक्षरीत्या नकारार्थी भूमिका घेतली.

"तसं नाही मीनल. माणसाला चांगलं ऐशोरामात जगायचं म्हणजे आयुष्यात काही नाटकं आणि तडजोडी कराव्याच लागतात." लखोबा तिला घुमवत होता.

"जितकं झालं ते बस्स झालं. यापुढं माझ्याच्यानं असले धंदे व्हायचे नाहीत. तुम्हीही सुखानं राहा आणि मलाही इज्जतीनं राहू द्या." मीनलनं लखोबाचा प्रस्ताव सरळसरळ फेटाळून लावला.

"मीनल, मी सुखानं जगण्यासाठीच करतोय सारं! मी काळजीत आहे. आपण शाळा सुरू केलीय. तिचा व्यवहार आता कुठं सुरळीत होतोय. चांगली ग्रँट मिळेपर्यंत बराच पैसा खर्च करावा लागणार आहे. मागं निवडणुकीत आपला बराच पैसा खर्च झालाय. तुझ्या माझ्या जवळचं सारंच भांडवल खर्चून गेलंय. दोघंही रिकामे झालो आहोत. पुढं पैसा तर भरपूर लागणार आहे. त्यासाठी काहीतरी खटपटी कराव्याच लागणार आहेत. शाळेतली मास्तरं तर नुसतीच डोनेशन देऊ करतात; पण थोडंफार देऊन बाकीचं पगारातून कापून घ्या म्हणतात. त्यांचे पगार तर संस्थेला ग्रँट आल्याशिवाय होणार नाहीत. त्याला किती वेळ लागंल, माहीत नाही. म्हणूनच मी एक चित्तुर शोधून काढलंय. त्याला तुझ्या जाळ्यात पकडायचंय. चांगली लाखोंची कमाई होणार आहे. फक्त मी म्हणंल त्या नाटकाला तू तयार राहा!"

लखोबानं मीनलला परिस्थिती समजावून सांगण्याचा प्रयत्न केला. मीनल काही मानायला तयार होत नव्हती. तरीसुद्धा लखोबा काही हार मानणाऱ्यांपैकी नव्हता. तो पुनःपुन्हा समजावून सांगत होता. तिचं मन वळवत होता.

लखोबा ऐकत नाही, हे बघून मीनल म्हणाली, "भानगड तरी काय आहे म्हणायची?"

"भानगड तशी लयी मोठी नाही. काम फत्ते होण्यासारखं असल्यानंच मी तुला सांगतोय. गडाळ्याचं एक म्हातारं आहे. मोठं जमीनदार आहे. मुबलक पैसा-अडका, सोनं-नाणं बाळगून आहे. त्याची बायको मेलीय पाच-सहा महिन्यांपूर्वी. आता त्याच्या मागं-पुढं कुणीच नाही विचारायला. तेही काही जास्त दिवस जगणार नाही. त्याची बायको होण्याचं नाटक करायचंय फक्त तुला." लखोबानं सविस्तर खुलासा केला.

"तुमच्या जिभीला काही हाडबिड आहे की नाही? मला काहीही करायला कसं सांगता तुम्ही? तुम्हाला काही लाजलज्जा आहे की नाही? काय हो, तुम्हाला काय

माहीत की कुणी किती दिवस जगणार आणि कधी मरणार ते?" मीनल रागा-वैतागानं बोलत होती.

लखोबा हसत हसत म्हणाला, "हे बघ मिने, तुझ्यासोबत दुसरं लग्न करतानाच मी सारी लाजलज्जा सोडून दिली आणि कोण कधी मरणार, किती दिवस जगणार ते सारंच कळतंय मला. मी काय करायचं ते व्यवस्थित करतो सारं. तू फक्त मी म्हणतो तसं कर."

"तुमच्यासारखा पाताळयंत्री माणूस शोधूनही मिळायचा नाही बाई." मीनल संतापानं फणफणली.

"हे बघ, मी आहे तसा आहे. मी सांगतोय तसंच करावं लागेल तुला. यात बदल व्हायचा नाही."

"माझ्याच्यानं तसं काही नाही व्हायचं." मीनलनंही लखोबाला ठणकावलं.

"मी म्हणतोय तसंच तुला करावं लागंल, नाहीतर आपलंही जमणार नाही." लखोबाही इरेला पेटला.

अखेर बऱ्याच वादावादीनंतर नाइलाजानं मीनलला लखोबाच्या नाटकासाठी होकार द्यावा लागला. काही अटी-शर्ती ठेवून मीनलनं तुळशीरामला जाळ्यात अडकावायची योजना लखोबाकडून समजून घेतली. त्यानंतरच रात्री ते दोघं झोपले. पडल्या ठिकाणी मीनल तिच्या जन्माच्या भोगाबद्दल पश्चात्ताप करत होती; पण लखोबा मात्र खुशीत स्वप्नातले बंगले बांधण्यात रंगला होता.

दोन-तीन दिवसांच्या फुरसतीनं लखोबाच तुळशीराम उनाळ्याच्या भेटीला जाणार होता; पण तुळशीरामला थोडाच दम निघणार होता. तो दुसऱ्याच दिवशी स्वतःच लखोबाकडं शाळेत हजर झाला. लखोबानं पक्कं हेरलं होतं. तो भलताच घाईला आला होता. चेकाळला होता. गंडवला जाईल तेवढा गंडणार होता. लखोबाची त्याला दमानं मारायची योजना होती. दोघंही शाळेसमोरच्या झाडाखाली बसले. पानसुपारी झाली. लखोबानंच मूळ विषयाला हात घातला.

"कसं आहे कारभारी, मामला लयीच नाजूक असल्यानं माझीही हिंमत कमी पडायला लागलीय बघा." लखोबा म्हणाला.

"म्हणजे?" तुळशीरामनं विचारलं.

"तसं काही नाही म्हणा; पण..." लखोबानं किंतु-परंतुची भाषा वापरली.

"काय ते स्पष्ट बोला सावकार. पोरगी नाही म्हणाली का?"

"तसं नाही हो काही. तिनं अद्याप होही म्हटलेलं नाही आणि नाहीही म्हटलेलं नाही."

"काय ते सरळसरळ बोला सावकार. असं कोड्यात बोलू नका."

"मी काय म्हणतो कारभारी, असं करू. उद्या-परवाला पोरीला बघूनच घेऊ आधी. म्हणजे तुम्हालाही थोडा अंदाज येईल."

"म्हणजे काय, पोरीत काय दोष आहे म्हणायचा की काय?" तुळशीरामनं शंका उपस्थित केली.

"तसं काही नाही हो कारभारी. पोरगी अगदी लावण्यवतीच आहे."

"मग अडचण काय सावकार?"

"पोरीचं चांगलं रूप हेच मोठी अडचण असतं कारभारी. रूपवान पोरी भलताच भाव खात्यात म्हणायचं!"

"भाव खात्यात म्हणजे? मी नाही समजलो सावकार."

"कसं आहे कारभारी, अशा रूपवान पोरींना भीती वाटत असावी."

"म्हणजे?" असं म्हणून तुळशीरामनं आवंढा गिळत गिळत पुन्हा शंका उपस्थित केली.

"अहो कारभारी, अशा देखण्या पोरी जरा त्यांच्या भविष्याचा जास्त विचार करतात. त्यांना त्यांच्या भविष्याबद्दल चिंता वाटत असावी."

"त्यात चिंता कसली सावकार?"

"तसं नाही हो. काय सांगावं तुमच्यासारख्यानं चार-दोनदा वापरून सोडून दिली म्हणजे वाऱ्यावर? अशी भीती दिसली तिच्या बोलण्यातून. म्हणून..."

"म्हणजे काय, माझ्यावर भरवसा नाही का सावकार तुमचा?"

"माझा भरवसा आहे हो तुमच्यावर; पण पोरीच्या जातीलाबी असायला हवा. नाही?"

"मला काय कळत नाही सावकार तुमच्या बोलण्याचं!"

"अहो कारभारी, तुमची नि पोरीची एकदा भेट घालून दिली म्हणजे पोरीचाबी आणि तुमचाबी आपण काय करतोय तेच्यावर भरवसा बसंल, नाहीतर तुम्हा दोघांनाही असं वाटायला नको की सावकार उगीच घोळवतोय आपल्याला, म्हणून..."

"तसं नाही सावकार. माझा भरवसा आहे तुमच्यावर."

"तुमचा असंल हो; पण पोरीच्या जातीचाही आपल्यावर भरवसा असायला हवा ना कारभारी?"

"बघा बाबा काय ते लवकर." असं म्हणत तुळशीरामनं दीर्घ श्वास सोडून थोडीशी नाराजी प्रकट केली.

"एवढ्या लवकर नाराज व्हायचं नसतं कारभारी. महत्त्वाची कामं जरा दमानंच करायची असतात. त्यातून आनंद मिळाला पाहिजे."

तुळशीराम नाराज झाल्याचं पाहून धीर देत लखोबा उत्तरला आणि पुन्हा म्हणाला,

“उद्यालाच पोरगी पाहायचा कार्यक्रम ठरवू. करून टाकू एकदाचं फायनल काय ते. मग तर कारभारी खूश ना?” असं म्हणत सावकारानं तुळशीरामच्या मांडीवर जोराची थाप मारली. त्यामुळं थोडासा मरगळीत गेलेला तुळशीराम सावध होऊन गालातल्या गालात हसायला लागला आणि म्हणाला, “काय सावकार, तुमच्या मनात काय आहे ते मला काही समजत नाही बुवा.”

“तसं नाही कारभारी, उद्याला पोरगी बघितल्यावर तरी समजंल ना तुम्हाला.”

“होय; पण कुठं बघायची पोरगी?”

“मी आपल्या शहरातल्या घरी करतो की व्यवस्था सारी. शहरात बघितली म्हणजे कुणालाच काही कळणारबी नाही. दहा मिनिटांचं काम आहे फक्त.”

“मला कुठं माहिती आहे तुमचं शहरातलं घर?” तुळशीरामनं प्रश्न उपस्थित केला.

“असं करा, उद्या या तुमची जीप घेऊन शाळेत. इथूनच जाऊ दोघं सकाळी सकाळी.” लखोबा म्हणाला.

दुसऱ्या दिवशी मीनलला बघण्याचा कार्यक्रम ठरला. पोरगी बघायला जायचं म्हटल्यावर तुळशीराम जोमात होता. गड्याच्या अंगात पावर आली होती. पन्नास-पंचावन्नीतल्या तुळशीरामच्या अंगात सोळा-सतरा वर्षांच्या पोरासारखी तरतरी संचारली. गडाळ्याच्या सडकनं त्याची जीप भरधाव वेगानं धावत होती. दगड-धोंड्याची कच्ची सडकसुद्धा तुळशीरामला मऊ मेणासारखी वाटत होती. तो बेधुंद झाला होता. शाळेपासून तो कधी गडाळ्यात पोहोचला, हे त्याचं त्यालाच कळलं नव्हतं.

तुळशीराम दुसऱ्या दिवशी बायको बघायला जायचं म्हणून तयारीला लागला. धोब्याकडं टाकलेली कापडं गड्याला आणायला सांगितली. दुसऱ्या दिवशीची सारी तयारी आदल्या दिवशीच करून झाली होती. सकाळी लवकर उठायचं म्हणून तो लवकरच झोपला. झोपायचा प्रयत्न करूनही त्याला झोप लागत नव्हती. बायकोच्या निधनापासून पाच-सहा महिने आणि त्याआधी तिच्या आजारपणातल्या वर्ष-दीडवर्षापासून तो शरीरसुखासाठी हपापलेला होता. अधीमधी बाजारू बायांकडं जाऊनही त्याचं मन काही भरलेलं नव्हतं. त्यासाठी त्याला हक्काची बायकोच लागणार होती. घरातलं सुख बाजारात मिळत नसल्याची खात्री त्याला पटली असावी! म्हणूनच तो दुसऱ्या बायकोसाठी आसुसला होता. रात्री उशिरापर्यंत झोप न लागलेला तुळशीराम सकाळी मात्र ठरल्याप्रमाणं लवकरच उठला. नव्या बायकोच्या ओढीनं त्यानं लगबगीनं सारी आवराआवर केली. नव्या नवरदेवाला शोभावा असा नसला, तरी त्यानं चांगल्या प्रतिभावंत पुढाऱ्यासारखा पेहराव केला होता. घोटलेली दाढी, नीटनेटक्या कापलेल्या आकडेबाज मिशा, कानात अत्तराच्या फायाचा बोळा, डोक्यावर पुढारी माटाची

खळीची पांढरी गांधी टोपी, अंगात खळ घालून धुलाई केलेला खादीचा पांढरा शुभ्र इस्त्रीचा सदरा, वायलच्या भारीच्या धोतीत गडी रुबाबदार दिसत होता. गळ्यात दिसंल अशी जाडजूड सोन्याची साखळी, मनगटावर सात-आठ तोळ्याचं सोन्याचं जाडजूड कडं, दोन-तीन बोटांतल्या मौल्यवान खड्याच्या अंगठ्या तुळशीरामच्या वैभवाचं दर्शन घडवत होत्या. मोठ्या रुबाबात तो पोरगी बघायला निघाला होता. सकाळी गडाळ्यावरून लखोबाच्या शाळेत आणि तिथून शहराकडं दोघं जण जीपमधून निघाले. तुळशीराम खुशीत होता; पण त्या दिवशी तो फारसा बडबडत नव्हता. त्याच्या मनात नव्या बायकोची स्वप्न रंगत असावीत. लखोबाही फारसा बोलत नव्हता. बघता बघता जीप शहरात दाखल झाली. लखोबा घराकडं जाण्याचा रस्ता दाखवत होता. त्याप्रमाणं तुळशीराम गाडी चालवत होता. मध्येच अचानक त्यानं जीप एका मोठ्या कापड दुकानासमोर उभी केली. लखोबाला त्याचं कारण कळलं नाही. म्हणून त्यानं विचारलं, "काय कारभारी, इथं का थांबवली गाडी? घर पुढं आहे. इथं नाही."

"तसं नाही सावकार. काय रीतभात असते की नाही? आपण पोरगी बघायला चाललो आहोत. रिकाम्या हातानी जायचं म्हणता की काय? काय म्हणंल ती असं गेल्यावर. नाव ठेवायला संधी द्यायची नसते कधी कुणाला सावकार."

"तुम्ही भारीच माणसं दिसता कारभारी. असलं कधी काही नव्हतं माहीत आपल्याला. तुमच्या हुशारीला दाद दिली पाहिजे बुवा." लखोबानं तुळशीरामला प्रसंगावधान राखून गोंजारलं. त्यावर तुळशीरामनं केवळ स्मितहास्य केलं.

मीनलसाठी चोळीच्या खणासह महागडी पैठणी खरेदी करण्यात आली. नंतर शेजारीच असलेल्या सराफ दुकानातून काही दागिने, साज-शृंगारांच्या साहित्याची पेटी आणि मिठाई घेऊन मोठ्या रुबाबात तुळशीराम गाडीत बसला. त्याचा तो वेगळा अंदाज बघून लखोबा चांगलाच थक्क झाला होता. त्याच्या व्यावहारिक कौशल्यावर तो खूश झाला होता. लखोबा दाखवंल त्या मार्गानं तुळशीराम गाडी चालवत होता. बघता बघता ते दोघंही घरी पोचले.

लखोबानं सांगून ठेवल्याप्रमाणं मीनल घरात एकटीच तयार होऊन बसली होती. साज-शृंगारानं सजली होती. ती रूपानं देखणी, लावण्यवतीच होती! चांगली उंचपुरी, रंग सावळा-निमगोरा; पण अंगाबांध्यानं अगदी टंच आणि ठसठशीत भरलेली. अंगावरच्या झिरझिऱ्या आणि तलम केळ्या रंगाच्या साडीनं तिची काया अधिकच उठवळ दिसत होती. तरीसुद्धा तिच्या पोशाखात खानदानीपणा दिसत होता. तुळशीराम खुर्चीत बसताच त्या अप्सरेची नजर आपसूकच त्याच्यावर पडली. तिच्या नजरेत मर्यादा दिसत होत्या. नाक, डोळे जागच्याजागी अगदी मोजून मापून बसवल्याप्रमाणे दिसत होते. तिचे ओठ तर दवानं भिजलेल्या मुक्या जास्वंदीसारखे चमकत होते. त्या अप्रतिम सौंदर्यावर

तुळशीरामची भेदक नजर भिरभिरली. एक-दोनदा दोघांचीही नजरानजर झाल्यानं दोघांचाही एकमेकांकडं पाहण्याचा हेतू लपून राहिला नव्हता. वय पन्नास-पंचावन्नीतलं असलं, तरी गडी रुबाबदार दिसत होता. त्याच्या नजरेनं तीही पुरती घायाळ झाली. चहापाण्याच्या निमित्तानं ती मुकाट्यानंच समोर वावरत होती. त्या ठिकाणी लखोबा मात्र मान खाली घालून शरमिंद्यासारखा बसला होता. स्वत:च्याच घरात तो अगदी तिऱ्हाईताप्रमाणं वागत होता. कारण तो मीनल आणि तुळशीरामचाही अपराधी होता. त्याच्या चेहऱ्यावरचं तेज काळवंडलं होतं. घंटा-अर्ध्या घंट्याचा कालावधी असा तसा निघून गेल्यानंतर चहा-फराळ झाला. त्यानंतर मुकाट्यानं बैठक उठवायला अप्रशस्त वाटू नये म्हणून लखोबानं मुद्यामहून मीनलला बाहेर बैठकीत बोलावून घेतलं आणि तिला म्हणाला, "मीनल, हे गडाळ्याचे तुळशीराम कारभारी. मोठं प्रस्थ आहे. चांगला देवमाणूस आहे. मुद्यामहून चहा-फराळाचं आम्ही ठरवलं होतं."

मीनलनं नम्रपणे हात जोडून हसऱ्या चेहऱ्यानं तुळशीरामला नमस्कार केला. दोघंही एकमेकांकडं बघून हसले. तेव्हा तुळशीराम लटकंच म्हणाला, "बऱ्याच दिवसांपासून तुमच्या घरी यायचा विचार होता. आज योग आला. कितीतरी महिन्यांनी घरच्यासारखा चहा-फराळ मिळाला. तुमच्या हाताला चांगली चव आहे. मी धन्य झालो समजायचं. बरं, तुमचं गाव कोणतं?"

"जावळी!" मीनलनं गोड आवाजात तेवढा एकच शब्द उच्चारला. तेवढं बोलणं झाल्यावर तुळशीरामनं सोबत आणलेली साडी-चोळी, शृंगारपेटी आणि मिठाईची पिशवी मीनलच्या हाती सोपवली.

तितक्यात मीनल पुन्हा म्हणाली, "हे काय? नको ते. त्याची काही आवश्यकता नाही. उगीच कशाला त्रास घेतला तुम्ही."

"त्यात त्रास कसला? आपल्या माणसासाठी एवढं करायचंच असतं." असं म्हणत तुळशीरामनं ती पिशवी मीनलच्या हवाली केली. ती तिनं लखोबाकडं बघत बघत हातात धरली. लखोबानंही मान हलवून ते ठेवून घ्यायला सांगितलं.

लखोबा म्हणाला, "बरं मीनल, बोलतो मी कारभाऱ्याशी काय ते आणि तुलाही सांगतो नंतर."

असं बोलून लखोबा आणि तुळशीराम खुशीत घराबाहेर पडले. ते दोघंही सरळ गडाळ्याला मळ्यात जाऊनच थांबले. मीनलला पाहिल्यानंतर तुळशीराम चांगलाच चेकाळला होता. तो खुशीत होता. मीनलच्या सौंदर्याची वारंवार तारीफ करत होता. तो तिच्यावर भाळला होता. खुशीच्या भरात दुपारी तीन वाजताच्या सुमारासच तुळशीरामनं मळ्यात चार-पाच कोंबड्यांचा बळी दिला. दारूलाही काही कमी नव्हतं. कारभाऱ्याच्या खुशीत मळ्यातल्या सालगड्यांचीही चंगळ झाली. सारे दारूच्या नशेत तरर्र झालेले.

लखोबानं मात्र नेहमीप्रमाणं दारूच्या थेंबालाही हात न लावता फक्त कोंबड्यावरच ताव मारला. तुळशीरामला आकाश ठेंगणं झालं होतं. सौंदर्यामुळं मीनलचा भाव अधिक वाढणार होता. तुळशीराम त्यात वाहणार होता. लखोबाचा डाव मात्र साधणार होता.

चार-दोन दिवसांनंतर पुन्हा एकवार लखोबा आणि तुळशीरामची निवांतपणानं बैठक लागली. तुळशीराम चांगलाच घाईला आलेला असताना लखोबा मात्र जाणीवपूर्वक पडेलपणाचं धोरण घेत होता. तुळशीरामनं त्याला शाळेच्या आवारातच गाठलं होतं. लखोबाला तुळशीराम सोबतची बैठक शाळेच्या आवारात नको वाटत होती. तो कुणी शालेय कर्मचारी जवळ असताना त्याच्याशी बोलायलाही टाळत होता. इतरांसमोर तो तुळशीरामशी अनोळख्याप्रमाणं वागत होता. लखोबाची पडती भूमिका मात्र तुळशीरामची अस्वस्थता वाढवत होती.

"मग काय म्हणाली मीनल?" न राहावून तुळशीराम म्हणाला.

"गाढव मरतं ओझ्यानं नि शिंगरू मरतंय येरझाऱ्यानं!" लखोबा नाराजीच्या सुरात बोलत होता.

"म्हणजे?" तुळशीरामचा पुन्हा तसाच प्रश्न.

"अहो कारभारी, बाईची जात लयी हलकट म्हणायची!"

"मी नाही समजलो." तुळशीरामनं मुद्दाम नकळतेपणाची भूमिका घेतली.

"बाई जरा जास्तच लांबण लावते. म्हणते, माझं कसं होणार?"

"काय म्हणणं आहे तिचं? ते तरी सांगा."

"म्हणते, तुम्ही तिला वापरून सोडून दिलं तर तिनं पुढं जगायचं कसं?"

"मी कसा सोडून देईल सावकार तिला?"

"मला तुमचा भरवसा आहे हो; पण ज्याला पाहिजे त्याचा बसत नसंल तर कसं करणार?"

"मग काय करायचं म्हणता?"

"मी काही नाही म्हणत. मीनल म्हणते, सारं होण्याच्या आधी मीनलच्या भविष्याची तरतूद व्हायला हवी. तसं तिचंही एका अर्थानं खरंच की कारभारी."

"बरं बरं... भविष्याची तरतूद म्हणजे नेमकं काय करायचं म्हणते?"

"कसं आहे कारभारी, तिला तुमच्याशी घरोबा करायचा म्हणजे तिला तिच्या भावांचा विरोध करून किंवा पळून जाऊन तुमच्या सोबत राहावं लागणार. अर्थात तिला माहेरचं घर कायमचं सोडावं लागणार. त्यामुळं तिला राहण्यासाठी स्वतंत्र जागा लागणार. तिला काय तुमच्या गावातल्या घरी येऊन राहता येणार नाही. तसं केलं तरी लोकं तुम्हालाच नावं ठेवतील. त्यामुळं तुमच्या गावात काही जमायचं नाही."

"सावकार तेही खरंच आहे. तुम्ही लाखातलं एक बोललात. मग काय करता येईल.

तुमचं काय मत चलतंय?” तुळशीराम अधिक चौकशी करत म्हणाला.

“माझं मत महत्त्वाचं नाही कारभारी. मीनल काय म्हणते, त्येचा विचार करायला पाहिजे.”

लखोबा मीनलच्या मतावर भार सोपवून स्वत:चा हेतू लपवत होता.

“काय म्हणणं आहे तिचं?”

“ती काय म्हणते, तिला गुपचूप तिच्या भावाचं घर कायमचं सोडावं लागंल. त्यासाठी तिला शहरात तिच्या नावे स्वत:चं निवांत एखादं हक्काचं घर असायला हवं. म्हणजे तिथं आसपास ओळखीचं कुणी असणार नाही. त्यामुळं तिथं तुम्हा दोघांना चांगला एकांतवास मिळू शकंल.”

“त्यात काय मग सावकार. घेऊ की घरबी.”

“जगण्यापुरता स्वत:चा बँक बॅलेन्स द्यावा लागंल.” लखोबा पुढं म्हणाला.

“होईल, त्याचीबी सोय होईल. चिंता कशाला करता?” तुळशीराम प्रत्येक अडचणीवर 'होय' म्हणत होता.

“दाग-दागिनं असायला हवेत, असंही मीनलचं म्हणणं आहे कारभारी.” लखोबा सावकार पाय लांबवून सांगत होता.

“आता बायको करायची म्हणल्यावर दाग-दागिनं आणि कपडालत्ता कुणी नाही म्हणंल होय सावकार? तुम्हीबी लयी बारीकसारीक बोलायला लागलात बघा. ते आपसूक होतच असतंय. करू सारंच. त्याची चिंता करू नको म्हणावं तिला.”

“तसं नव्हं, तिचं म्हणणं काय आहे, ते सांगायला हवं तुम्हाला. नाहीतर पुन्हा उद्या लोचा नको व्हायला!” लखोबानं अधिकचा खुलासा केला.

“तसं तुम्ही सांगता ते ठीक आहे; पण मी काही नाही म्हणणाऱ्यांपैकी थोडाच आहे सावकार?” तुळशीरामही मागचा-पुढचा कसलाच विचार न करता मोठ्या हिमतीनं ठोकून देत लखोबाचा प्रत्येक शब्द झेलत होता. सारखं 'हो हो' म्हणत होता.

“कारभारी, तुम्ही प्रत्येक गोष्टीला होय म्हणताय. तुमचं मला काही खरं दिसत नाही बुवा.”

“म्हणजे?”

“अहो, तसं नाही. चांगलं निवांत ठिकाणचं घर आणि सोनं-नाणं द्यायचं म्हणजे काही तोंडचं माप नाही. हो म्हणत असताना थोडा मागचा-पुढचा तरी विचार करत चला.” लखोबा तुळशीरामला आव्हान देत म्हणाला.

“सावकार, तुम्ही ओळखलं नाही अजून आपल्याला. अशा दहा बायका पोसायची शाम्रत आहे आपल्यात! तुम्ही काय घेऊन बसलात एका घराचं आणि सोन्या-नाण्याचं! एका झटक्यात करून टाकू. मी एवढा मोठा बारदानवाला आहे. पाच-दहा लाख रुपये

खर्चायला का मला धाड भरली होय?"

"फारच डेअरिंग करता बुवा, कारभारी तुम्ही." लखोबानं तुळशीरामला हवा भरली.

"अहो सावकार, तुम्ही पोरगीच दाखवली आपल्याला भारीची. लयी मनात बसली बघा आपल्या. आणि सांगतो, जी गोष्ट आपल्या मनात बसते ना, ती मिळवण्यासाठी आपण काहीही करू शकतो. पैशाअडक्याचा हिशेब लावत नसतो आपण कधी!"

"पोरगी एवढी भारी वाटली कारभारी?" लखोबानं आश्चर्यानं विचारलं.

"अहो तिला बघितल्यापासून माझ्या मनाची काहिली उठलीया सावकार. ती नंबर एकची अप्सराच आहे. आपला जीव जडलाय तिच्यावर. काय लागंल ते लागू द्या. लवकर जुगाड लावून मोकळं व्हा तेवढं आपलं."

"होय हो; पण..." लखोबा पुन्हा पडेलपणानं बोलू लागला.

"ए.. ए.. सावकार, पणबिन काही करू नका. लवकर कामाला लागा. मी आपलं जुगाड जुळवून आणल्याबद्दल तुम्हालासुद्धा चांगली बक्षिसी देणार आहे. तुमच्या कामाचा वेग वाढवा आता." तुळशीरामही लखोबाला चेतवत म्हणाला.

"तसं नाही कारभारी. मला तुमचं बक्षीस-बिक्षिस काही नको. मी आपलं तुमच्यावरच्या प्रेमाखातर करतोय सारं."

"ते मी बघतो काय करायचं ते. तुम्ही आमचं लवकर जुळवून आणा आधी."

"होईल कारभारी. त्याची चिंता नका करू. मी आजच तुमच्याशी झालेलं बोलणं मीनलला कळवतो." लखोबानं तुळशीरामला विश्वास दिला.

"बरं मग घराचं काय करता? शहरातली मला काय जास्तीची माहिती नाही." तुळशीराम म्हणाला.

"म्हणजे?" लखोबानं दचकून विचारलं.

"म्हणजे, शहरापासून थोडंसं मोकळ्या जागेतलं एखादं घरही तुम्हीच बघून घ्या. तिला आवडलं तर तेबी घेऊन टाकू विकत. असं म्हणतोय मी." तुळशीरामनं खुलासा केला.

"बरं बरं. बघतो मी. दोन-तीन माणसं आहेत माझ्या ओळखीची. त्यांना सांगतो." लखोबा उत्तरला.

"हं. एक गोष्ट मुद्दाम सांगतो. शहरातलं घर अशा ठिकाणी बघा, जे आपल्या गावाच्या विरुद्ध दिशेला असायला हवं. त्यामुळं कुठं गावातल्या किंवा नात्या-गोत्यातल्या माणसांस्नी त्याचा सुगावासुद्धा लागू नये. नाहीतर व्हायची भानगड नको ती." तुळशीराम अधिकच्या काळजीचं बोलून मोकळं झाला.

"व्हय कारभारी."

चहापानानंतर तुळशीराम तिथून निघून गेला. तो मोठ्या खुशीत होता.

लखोबानं तुळशीरामकडून मोठ्या शिताफीनं बऱ्याचशा गोष्टी वदवून घेतल्या होत्या. लखोबाच्या मनासारखंच सारं घडत होतं. शिकार जाळ्यात अडकल्याची खात्री त्याला पटली होती. मीनलच्या माध्यमातून त्याला मोठं घबाड मिळणार होतं. अधिकचं बक्षीसही मिळणार होतं. आता पुढच्या कामास वेग देण्यासाठी लखोबा मोकळा झाला होता. गावातलं राजकारण, संस्थेची कामं आणि गुत्तेदारी करत करत तो चांगलं निवांत ठिकाणचं, मोठं बंगल्यासारखं घर शोधण्याच्या कामात गुंतला. योगायोगानं शहराच्या पश्चिम भागात एका मारवाड्याचं फार्म हाऊस विक्रीस निघाल्याची खबर त्याला लागली.

शहराचा झपाट्यानं विकास आणि विस्तार होत होता. शहरापासून अगदी दीड-दोन किलोमीटरच्या अंतरावर एका कापड व्यापाऱ्यानं तीन-साडेतीन एकरांची शेती घेतलेली होती. त्यात थोड्याशा जागेत बागबागिचा करून एक टुमदार फार्महाऊस बांधलं होतं. पाण्याची चांगली सोय होती. जनावरांची, नोकर-चाकरांचीही तिथं उत्तम व्यवस्था होती. मुख्य रस्त्यापासून फार्महाऊसपर्यंत जाण्यासाठी पक्क्या सडकंचीही सोय करण्यात आलेली होती. व्यापारात झालेल्या नुकसानीमुळं तो गाशा गुंडाळून त्याच्या मूळ गावी राजस्थानला जाणार होता. बऱ्यापैकी पैसे मिळाल्यास तो जमिनीसह फार्महाऊसही विकणार होता. लखोबाला ती जमीन आणि फार्महाऊस आवडलं होतं. तुळशीरामही त्या व्यवहारासाठी तयार होईल, याची लखोबाला खात्री होती. त्यानं व्यापाऱ्याची भेट घेऊन व्यवहाराचं बोलणं केलं होतं. चांगली किंमत मिळवून देण्याचं आश्वासन व्यापाऱ्याला दिलं होतं. त्यात स्वत:साठीही वेगळं कमिशन सांगितलं होतं. व्यापारीही त्यासाठी तयार झाला होता. त्या कामात बरेच दिवस लखोबानं मुद्दामहून घालवले. तो तुळशीराम आणि त्या व्यापाऱ्यालाही टांगणीला लावून जोखत होता. योग्य मोका बघून चौका मारण्यासाठी तो डाव रचत होता. घडणाऱ्या प्रत्येक घडामोडीवर मीनलचंही लक्ष होतं. लखोबा तिलाही थोडंफार गरजेप्रमाणं सांगत होता.

दरम्यान मीनलच्या ओढीला लागलेल्या तुळशीरामनं जावळी, शाळा आणि लखोबाच्या गुत्तेदारीच्या साईटवर अनेक वेळा चकरा मारल्या होत्या. लखोबानं मुद्दामहून त्याची भेट लांबणीवर टाकली होती. तो कमालीचा मुत्सद्दी होता. मीनलसाठी आसुसलेल्या तुळशीरामनं अखेर एके दिवशी सकाळी सकाळी लखोबाला गाठलं आणि विचारलं, "सावकार, काय गुन्हा केलाय आम्ही तुमचा? का छळताय असं गरिबास्नी?"

"काय झालं कारभारी?" लखोबानं प्रतिप्रश्न केला.

"तुम्ही आपली भेटच होऊ देत नाहीत, म्हणून म्हणलं."

"तसं नाही. कामानं सवडच मिळत नाही कारभारी."

“मग आपल्या कामाचं कुठवर आलं म्हणायचं?”

“तुमच्या कामाचं जरा जडच चाललंय कारभारी.”

“का, काय झालं?”

“चार-दोन ठिकाणं बघितली; पण मनाला पटत नाहीत हो कारभारी. एक आपल्या गावच्या फाट्यावर आहे. पण ते ऐन चौकात आहे.”

“अहो सावकार, नको नको, तसलं नको. आपल्या गावच्या वाटेवरचं मुळीच नको. नाजूक भानगडीचा उगीच चिवडा होऊन बसायचा. कायबी करा, पण आपल्या गावच्या विरुद्ध दिशेलाच बघा. काय पैसं लागायचं ते लागू देत.” तुळशीराम सावध होऊन म्हणाला.

“तिकडं पण एक बघितलंय. ते बरंय. कमी बजेटमध्ये बसतंय; पण झोपडपट्टी भागात आहे. ते काही मीनलला पसंत पडत नाही. काय करावं ते कळत नाही मला. माझी तर मतीच गुंग झालीय बघा कारभारी.” लखोबा नाटकीपणानं बोलत होता.

“सावकार, मीनलला पसंत पडंल असंच बघा. पैशांचा विचार नका करू. मी करीन सारी व्यवस्था.” तुळशीरामनं अधिकचा खुलासा केला.

“दुसरं एक बघितलंय. ते काय माझ्या मनाला पटत नाही. घर चांगलं ऐटबाज आहे; पैसा लयीच मोजावा लागणार आहे. मला वाटत नाही की ते तुम्हाला झेपंल, म्हणून मीच त्येचा नाद सोडून दिलाय?” लखोबानं लटकेपणानंच तुळशीरामला हिणवलं.

“सावकार, तुम्ही कसं काय ठरवता मला काय झेपतंय अन् काय नाही ते? चला मला दाखवा कुठं अन् कसं आहे ते. सारं शहर खरेदी करायची शाम्रत बाळगतो मी. घराचं काय घेऊन बसलाय?”

“तसं नाही कारभारी. एका व्यापाऱ्याचं फार्महाऊस आहे. ते चांगलं तीन-साडेतीन एकरात बांधलेलं आहे. फार्महाऊससह साराच बारदाना कुणी घेणार असंल तरच तो विकणार आहे. घराचं ठीक आहे; पण त्येची जमीन काय कामाची आपल्या? म्हणून म्हणत होतो...” लखोबा आडवळणानं बोलत होता.

“तुमचं म्हणणं काहीही असंल हो सावकार. ते फार्महाऊस मीनलला पसंत आहे का ते सांगा.” तुळशीराम इरेला पेटून म्हणाला.

“मीनलला काहीबी पसंत पडंल हो कारभारी; पण आपण कशालाबी कसं हो म्हणायचं?”

“सावकार, तुम्ही तुमचं डोकं लावू नका. मीनलला पसंत असंल, तर दाखवा मला ते सारं. बघतो मी काय करायचं ते.” तुळशीराम पुन्हा चिडून म्हणाला.

“ठीक आहे मग. आज रातच्याला व्यापाऱ्याची भेट घेऊन सांगतो. त्याला भेटण्याआधी दोघं जण जाऊन ठिकाणा बघून घेऊ. तुम्हाला पसंत पडलं, तरच पुढचं

ठरवू काय ते." लखोबा म्हणाला.

"माझं काय घेऊन बसलात सावकार? मीनलला पसंत असंल तर मी राजी आहेच समजा."

"तसं नाही कारभारी. तुम्ही एकदा स्वत: बघून घेतलेलं बरं, नाहीतर पाटलाच्या वाड्यात महांडुळ कारभारी अशी माझी गत होऊ नये. असं मला वाटतंय म्हणून मी म्हणतो. तुम्ही एकदाचं बघून घ्यावं."

"बरं बरं. जाऊ उद्याच्याला. घेऊ बघून एकदाचं. तुमचंबी समाधान होईल." तुळशीरामनं होकार दिला.

दोनेक दिवसांनी लखोबा आणि तुळशीरामनं प्रत्यक्ष जाऊन फार्महाऊस आणि सारी जमीन बघितली. तुळशीराम जातिवंत शेतकरी होता. त्यातलं त्याला सारं कळत होतं. व्यापाऱ्यानं फार्महाऊस अगदी आटोपशीर बांधलेलं होतं. ते साऱ्या सोयींनीयुक्त होतं. त्यातला त्याचा आणि मीनलचा नवा संसार तुळशीराम मनोमन रंगवत होता. ती जागा कमी वर्दळीची होती. तिथं कमालीचा निवांतपणा मिळणार होता. मीनलसोबतच सुखाचं सहजीवन तिथं त्याला लाभंल, असं त्याला वाटत होतं. त्यामुळं त्यालाही ती जागा पसंत पडली होती. मूळात त्याच्या पसंतीचा विषयच नव्हता. मीनलच्या पसंतीतच त्याची पसंत होती. जागा बघताच तुळशीरामनं व्यापाऱ्यासोबत बैठक लावण्याचं लखोबाला सांगितलं. दरम्यान एक सोपस्कार म्हणून लखोबानं मीनललाही ती जागा दाखवली होती. मीनलला त्याचं काहीच कोडकौतुक वाटत नव्हतं. ती फक्त लखोबाच्या 'हो'मध्ये 'हो' आणि 'नाही'मध्ये 'ना' मिळवत होती. सारा कर्ता करविता लखोबाच होता. ती फक्त नाटक वठवत होती. तेवढंच तिचं काम उरलं होतं. तिच्यापुढं दुसरा काही इलाजच नव्हता.

एके दिवशी व्यापारी मारवाडी, तुळशीराम आणि लखोबाची फार्महाऊसच्या व्यवहारासाठी बैठक बसली. बैठक फार्महाऊसवरच बसली होती. थोडीफार घासाघीस होऊन शेतरान आणि तिथल्या साऱ्या तदंगभूत वस्तूंसह फार्महाऊसचा व्यवहार ठरला. पहिल्या एकाच बैठकीत व्यवहार फायनल झाला. तुळशीरामनं बयाना रक्कम दिली. ती विक्रीदारानं खुशी खुशी स्वीकारली. व्यापाऱ्यानं चांगली किंमत मिळवली होती. पाच-दहा लाख रुपयांचा व्यवहार चांगला पंधरा-सोळा लाखांत गेला, तरीही तुळशीरामला काही घाम फुटला नव्हता. तो सारखा मिशीचे आकडे पिळत बसला होता. त्याची कुठलीच कचकच असल्याचं जाणवत नव्हतं. पार्टी भलतीच गरम असल्याची खात्री साऱ्यांनाच पटली. सारा धंदा नगदानगदीचा ठरला. कागदपत्रांची जमवाजमव करून

रजिस्ट्रीचं ठरलं होतं. रजिस्ट्री थेट मीनलच्या नावे करण्याचं ठरलं. एका दमात व्यवहार पार पडल्यानं सारे आनंदित झाले. आनंदाच्या भरात बैठकीतल्या साऱ्यांची रोडवरच्या एका मोठ्या हॉटेलात जंगी पार्टीही झाली. वायद्यानुसार दीपावलीच्या पाडव्यानंतर दहा-बारा दिवसांच्या आत रजिस्ट्री करायची होती.

तुळशीराम उनाळ्याचा व्यवहार मोठा होता. तो मोठा जमीनदार. जमिनीतून निघणारं उत्पन्नही चांगलं होतं. शेतीवरचा खर्च सोडला, तर त्याच्यावर कुठलंच कौटुंबिक जबाबदाऱ्यांचं फारसं ओझं नव्हतं. लेकराबाळांना काही देण्या-घेण्याची कटकट त्याच्यामागं नव्हती. त्यांचं त्यांनाच सरत नव्हतं. ते गावाकडं फिरकतही नव्हते. तुळशीरामलाही स्वत:चे काही शानशौक सोडले, तर फारसा खर्च नव्हता. त्यामुळं बागायती शेतीच्या उत्पन्नातून मिळणारी मिळकत भरभक्कम होती. ती सालों-सालांनिशी पडून होती. पैशाअडक्याची चंगळ होती. रजिस्ट्रीच्या वायद्यानुसार आवश्यक त्या कागदपत्रांची जमवाजमव झाल्यानंतर रजिस्ट्रीचा दिवस उजाडला. त्याच्या आदल्या दिवशी तुळशीरामनं लखोबाच्या साक्षीनं जीपमधून पोत्यांनिशी पैसे आणून व्यापाऱ्याला दिले होते. सारी रक्कम पोचती झाल्यानंतर मीनलच्या नावे रजिस्ट्री करण्यात आली. मिळकतीचा ताबाही घेतला गेला. त्याची नोंद महसूल दफ्तरी करण्यात आली. त्यानंतर मात्र तुळशीरामला दम निघत नव्हता. तो मीनलच्या भेटीसाठी तळमळत होता. लखोबाकडं त्यासाठी सारखा तगादा लावून होता.

"सावकार, झालीय म्हणायची आता मीनलच्या राहण्याची सोय." तुळशीराम म्हणाला.

"मग?" लखोबा नकळतेपणाचं सोंग घेत म्हणाला.

"तसं नव्हं. आता मीनलला यायला सांगावं नव्या घरात."

"कारभारी, एवढं केलंय तुम्ही तिच्यासाठी. आता ती थोडीच नाही म्हणणार आहे?"

"मग, कधी भेट घडवून आणता आम्हा दोन जिवांची?" तुळशीरामनं थेट प्रश्न केला.

"कारभारी, दीर्घानंद मिळवायचा असंल, तर थोडं सबुरीनं घ्यावं, असं मला वाटतंय."

"म्हणजे?"

"कसंय कारभारी. ती पडली बाईची जात. तिला नव्या घरात साळसूदपणे यायचं झालं म्हणजे तिच्या घरचा सारा अंदाज घेऊनच बाहेर पडावं लागंल."

"मी नाही समजलो?" तुळशीरामनं चौकशीच्या सुरात विचारलं.

"म्हणजे मीनलनं पळून जाऊन तिचं घर सोडायचं की घरच्यांसोबत एखादी कुरापत

काढून सोडायचं. त्याचं नियोजन तिला करावं लागंल ना कारभारी?"

"बरं बरं. होऊ द्या मग तिच्या तिच्या कलानं. थोड्यासाठी आपण तरी कशाला घाई करायची?" तुळशीरामही समजुतीच्या सुरात म्हणाला.

"हं. मीबी तेच म्हणतोय. तोपर्यंत आपणही बाकीच्या साऱ्या गोष्टी आटोपून घेऊ."

"बाकीच्य गोष्टी म्हणजे?" तुळशीराम बुचकळ्यात पडून म्हणाला.

"अहो, बाकीच्या गोष्टी म्हणजे नव्या घरात राहण्यासाठी, खाण्या-पिण्यासाठी काही सामानसुमानची नको का व्यवस्था करायला? का नुसतंच नवरा-बायकोनं झोपून संसार होतोय म्हणायचं. कारभारी, तुम्ही लयीच उतावीळ झालेले दिसताय बुवा एखाद्या तरण्या पोरासारखं?"

लखोबाच्या त्या कथनावर तुळशीराम मात्र पहिल्यांदाच लाजून चूर झालेला दिसला. तो हसून म्हणाला, "काय सावकार, तुम्हीबी लयी आंबट बोलता राव? तुमचा एवढा आंबटपणा मी नव्हता कधी बघितला."

"मलाबी तुमची संगत लागली म्हणायची कारभारी." असं म्हणून दोघंही हातावर हात मारून, खो खो करून हसायला लागले.

लखोबा कमालीचा कावेबाज होता.

तो पुढं म्हणाला, "कारभारी, एका बाईसाठी तुम्ही एवढं मोठं धाडस केलं. पोत्यांनिशी पैसे ओतून आलिशान घर खरेदी करून दिलं. तुम्ही स्वत:साठीबी काहीतरी करता की नाही?"

"आता अजून काय करावं म्हणता?"

"सांगायचं म्हणजे, आता तुम्ही एकटे असणार नाहीत. कधी मीनलला बाहेर फिरायची लहर आली म्हणजे काय तुम्ही तुमच्या उघड्या जीपमधून फिरवणार की काय?"

"तेबी खरंच की सावकार. ती गोष्ट माझ्या ध्यानातबी आली नाही बघा. असं करू, जाऊ दोन-तीन दिवसांनी पुण्याला. घेऊन येऊ एक नवी कोरी फियाट गाडी. तशी माझी जीप आता लयी जुनीबी झालीय. चला, तुमच्यामुळं मला नव्या गाडीत तरी फिरता येईल म्हणायचं."

"होय होय. तुमच्यासोबत आमच्याबी जिवाची चैन होईल म्हणायची. आम्हीबी फिरू तुमच्यासोबत नव्या फियाटमधून कधीमधी."

"होय की! तुम्हाला कोण नाही म्हणतंय? तसं तुम्हालाबी मी बक्षीस देणारच आहे की. बोला तुम्हाला कुठली गाडी घ्यायची ते. तेबी काम करून टाकू एकदाचं." तुळशीराम खुशीत बोलत होता.

"असं म्हणता? खरंच का मला गाडी घेऊन देणार तुम्ही?" लखोबानं तुळशीरामच्या

मनाचा अंत बघण्यासाठी कुतूहलानं विचारलं.

"अहो सावकार, मी जे बोलतो ते पक्कं असतं बघा. तुम्हाला मी गाडी घेऊन देणार. सांगा फक्त कुठली घ्यायची ते." तुळशीराम वचनपूर्तीवर येऊन बाणेदारपणे म्हणाला.

दोघांनी मिळून फार्महाऊसमध्ये सामानसुमान भरलं. सर्व काही नवं नवं खरेदी केलं होतं. तुळशीराम मोठ्या फार्मात होता. तो मागचा पुढचा कुठलाच विचार करत नव्हता. तो मीनलच्या प्रेमात बेधुंद झाला होता. म्हणूनच तो अविचारानं पैसा उधळत होता. त्यात लखोबा मात्र आपलं ईप्सित साधून घेत होता.

त्या दोघांनी मिळून पुणेवारी करून तुळशीरामसाठी नवी फियाट गाडी खरेदी केली. लखोबासाठीही बक्षीस म्हणून नवी राजदूत मोटारसायकल खरेदी करण्यात आली. मीनलला साऱ्या गोष्टी कळत होत्या. लखोबा कुठलीच गोष्ट उघड करून कुणालाच सांगत नव्हता. वरकरणी समोरच्याचं हित केल्याचं दाखवत होता. आतून केवळ स्वतःचा स्वार्थ तेवढा साधत होता. इतका तो चतुर होता, कावेबाज होता. कपटी कावळ्यासारखा धूर्तपणानं वागत होता. तुळशीरामचा तर त्यानं पूर्ण विश्वास संपादन केला होता. त्याला त्यानं पुरतं घेरलं होतं.

इथपर्यंतचं नाटक लखोबानं एकट्यानं मोठ्या शिताफीनं रंगात आणलं होतं. त्यापुढच्या खेळात मात्र त्याला मीनलच्या नियोजनबद्ध साथीची गरज होती. त्या हिशेबानं तो तिला तुळशीरामशी कुठल्या प्रसंगात काय बोलायचं. त्याच्याशी कसं वागायचं. दोघांमधलं अंतर कसं आणि किती ठेवायचं याबद्दल वेळोवेळी शिकवत होता. मीनलही मुंडी हलवून सांगितल्याप्रमाणं वागत होती.

एके दिवशी तुळशीराम मीनलला भेटण्यासाठी लखोबाकडं फारच हट्ट करून बसला. नाइलाजानं दोघंही लखोबाच्या शहरातल्या घरी दुपारच्या वेळी हजर झाले. तुळशीराम थोडासा धिटाई करून मीनलशी मनमोकळेपणानं बोलू लागला. ठरल्याप्रमाणं तुळशीरामनं तिच्यासाठी लाख-सव्वा लाख रुपयांची रोकड दिली होती. ती लखोबाकडं सुपूर्द केली. ती मीनलच्या समक्ष दिली गेली. तिच्या भविष्याची पुंजी म्हणून त्यानं तिला ती ठेव स्वरूपात दिली होती. मीनलच्या सहमतीनं चार-दोन दिवसांनी ते खरेदी केलेल्या फार्महाऊसवर एकत्र भेटणार होते. दरम्यान घरातून पळून किंवा भांडणाची कुरापत काढून फार्महाऊसवर येण्याचं मीनलनंच स्वतः तुळशीरामला सांगितलं होतं. तसं तिनं सांगितल्यामुळं त्याच्या मनात अधिकचा विश्वास वाढला होता. त्याला अधिक हायसं वाटत होतं. ज्या दिवशी फार्महाऊसवर भेटायचं, त्या दिवशी ठरलेलं सोनं-नाणं द्यायचं होतं.

भेटीचा दिवस उजाडला. ठरल्याप्रमाणं लखोबानं मीनलला फार्महाऊसवर त्या दिवशी सकाळीच नेऊन सोडलं. सोबतीला तोही तिच्यासोबत होता. नवं घर आलिशान होतं. तिथं कशाचीच कमी नव्हती. तिला फक्त तुळशीरामकडून काही आगळीक घडण्याची भीती तेवढी वाटत होती. तितक्यात तासाभराच्या फरकानं तुळशीरामही फियाट गाडीतून तिथं आला. मीनलनं त्याला लांबूनच पाणी ठेवून दिल्याचं सांगितलं. शिवाशिव न होण्याच्या बेतानं ती अंतर ठेवून वावरत होती. गाडीतून तुळशीरामनं सामानसुमान काढलं. त्यातून काही खाण्या-पिण्याचे हॉटेलातून आणलेले खाद्यपदार्थ काढले. ते मीनलच्या पुढ्यात ठेवले. सोबतीला तिच्यासाठी काही महागड्या साड्याही आणल्या होत्या. त्याही समोर ठेवल्या. तिनं त्याला हातही लावला नव्हता. ती अत्यंत नाटकीपणानं वागत होती. त्याकडं तुळशीरामचं मुळीच लक्ष नव्हतं. तो फक्त आणलेलं साहित्य तिच्यापुढं मांडत होता. शेवटी त्यानं एका खास वेगळ्या पिशवीतून दाग-दागिन्यांची भली मोठी पेटी काढली. वेगवेगळ्या प्रकारचे नवे कोरे सोन्याचे दागिने त्यात भरलेले होते. कितीतरी अंगठ्या, बांगड्या, पाटल्या, बिल्वर, कर्णफुलं, नथी, वेगवेगळे आकार असलेल्या मण्यांच्या वेगवेगळ्या तीन-चार बोरमाळी, नेकलेस, गंठण असे कितीतरी निरनिराळे दागिने त्यात होते. काही बिस्किटंही होती. चांगला साठ-सत्तर तोळ्यांचा तो ऐवज असावा! बोलल्याप्रमाणं सारं देऊन तुळशीरामनं मीनलची ओटी भरली होती. तो सारं काही देऊन मोकळा झाला होता. मीनल आणि तिच्याहीपेक्षा लखोबावरच अधिकचा विश्वास ठेवून त्याच्या सांगण्याप्रमाणं तो वागला होता.

देणं-घेणं झाल्यानंतर तुळशीराम आणि लखोबा मीनलसह बाहेरून आणलेल्या नाष्ट्यासाठी एकत्र बसले. मीनल थोडीशी वेगळेपणानं वागत होती. लखोबाच तिघांचीही ताटं मांडत होता. त्यात खाद्यपदार्थ वाढत होता. मीनलसाठीही त्यानंच स्वतंत्र ताट मांडलं आणि वाढलंही. काही अंतरावर लांब बसून तीही त्या दोघांसह ते खात होती. कदाचित ती लाजून तसं वागत असावी, असंच तुळशीरामला वाटत होतं.

तुळशीराम मीनलशी बोलू पाहत होता. तो पुरता चेकाळला होता. तिच्याशी लगट करण्यासाठी तो आसुसला होता. त्यासाठी लखोबाचं तिथं असणं त्याला नको वाटत होतं. म्हणून काहीतरी जुजबी कामं सांगून तो लखोबाला बाहेर पिटाळत होता. लखोबा बाहेर गेल्यानंतर संधी साधून तो मीनलच्या जवळ जाऊ लागायचा. ती मात्र त्याच्यापासून बाजूला जाण्याचा प्रयत्न करायची. लगेच बाहेरून लखोबा परत घरात यायचा. त्यामुळं तुळशीरामची अधिक घुसमट व्हायची. शेवटी तुळशीरामनं मुद्दामहून काहीतरी काम सांगून त्याला शहरात पाठवून दिलं. तो गेल्याचं पाहून तुळशीरामनं धिटाई केली. मीनलला धरून तो झोंबा-झोंबी करू लागला. तिच्या शरीराशी खेळण्याचा प्रयत्न करू

लागला. झटापट करू लागला. ती त्यातून तिची सुटका करून घेऊ लागली.

तो ऐकत नसल्याचं बघून ती मुद्दामहूनच म्हणाली, "थोडा दम काढा. इतकी घाई नको."

"का?" तुळशीरामनं आश्चर्यानं विचारलं.

"आता कसं सांगू मी तुम्हाला? मला लाज वाटते."

"काय झालं? सांग की."

"आजच मला मासिक पाळी आली."

"आता हे काय. असं कसं?" तुळशीराम काकुळतीला येऊन म्हणाला.

"ते काय माझ्या हातात असतं का?" ती म्हणाली.

त्यावर तुळशीरामचा नाइलाज झाला. तो खजील होऊन बाजूला झाला.

"आता तुम्हाला तीन-चार दिवसांसाठी कळ काढावीच लागंल. त्याला इलाज नाही. खरं तर मी आज इथं येणारच नव्हते; पण तुम्ही नाराज व्हाल म्हणून आले. तीन-चार दिवसांनंतर मी तुम्हाला कधी नाही म्हणायची नाही." तिनं लाडिकपणे अधिकचं खोटं स्पष्टीकरण दिलं. ऐनवेळी प्रसंगानुसार तसं खोटं कारण सांगण्याचं लखोबा आणि मीनलनं आधीच ठरवलं होतं.

मीनलच्या स्पष्टीकरणानं तुळशीराम थोडा हताश होऊन म्हणाला, "बरंय मग. आता इतके दिवस दम काढला, तर तीन-चार दिवसांनी काय फरक पडणारंय. बरं, मी आज मुक्कामाला थांबू इथं की जाऊन येऊ गडाळ्याला?"

"बघा, जशी तुमची इच्छा. थांबलात तरी चालंल. माझी काही अडचण नाही. तशी मी इथं आता कायमचीच आलीय. मी परत जाणार नाही. इथं येताना मी कुणालाही काहीही सांगितलं नाही आणि सांगणारही नाही. त्यामुळं तुम्ही निश्चिंत राहा. मी तुम्हाला आयुष्यभर साथ देईन!"

पहिल्यांदाच मीनल थोडी मनमोकळेपणानं बोलली. तिच्या मनमोकळ्या आणि विश्वासदर्शक संवादानं तुळशीरामलाही थोडा धीर आला. तेव्हा तो तिला म्हणाला, "बरं बरं. ठीक आहे मग. मीसुद्धा तुला कधी वाऱ्यावर सोडणार नाही आणि काही कमीही पडू देणार नाही. मी येतो मग जाऊन. बसून तरी काय करू इथं?"

"ठीक आहे." मीनलनं स्मितहास्य करून होकार दिला.

अगदी थोड्याच वेळानं लखोबा शहरातून फार्महाऊसवर पोचला. दोघं जण बाहेर येऊन व्हरांड्यात बसले. तुळशीरामचा चेहरा थोडासा पडलेला होता. त्याचा हिरमोड झाल्याचं लखोबानं हेरलं होतं.

लखोबा म्हणाला, "कारभारी, एवढ्या चांगल्या प्रसंगी तुम्ही कशाची चिंता करताय?"

"चिंता नाही सावकार, आजचा योगच चांगला नाही!"

"का, काय झालं?"

"तीन दिवसांची सुट्टी! मीनलला शिवायचं नाही!"

"होय का, म्हणूनच ती सकाळपासून थोडं लांबून लांबूनच वावरत असावी."

"हं..." तुळशीरामनंही दुजोरा दिला.

"मग कारभारी, आजचा दिवस असा हुरहुरीत वाया जाऊ द्यायचा नाही."

"काय करायचं म्हणता?"

"मीनलची कसूर मी पूर्ण करणार."

"आँ... का मी तुमच्यासोबत झोपायचं का?" असं म्हणून दोघंही जोरजोरानं हसायला लागले.

"तसं नाही कारभारी. आज दोघांनी आनंदोत्सव साजरा करायचा अन् तेही माझ्या खर्चानं. विशेष म्हणजे मी आज तुमच्यासोबत घेणार."

"काय?"

"काय म्हणजे, मी आज तुमच्यासोबत ड्रिंक घेणार. फक्त अट एकच. आजच्या बैठकीला आपण दोघंच असलं पाहिजे. तुमची शेतातली गडी-माणसं मला पिलेलं बघायची आणि शाळेचा संस्थाचालकच कसा पितो म्हणून माझी बदनामी करायची."

"मग काय करायचं म्हणता?"

"असं करू, मी चांगला झणझणीत दोनेक कोंबड्यांचा डबा आणि चार-पाच मोठ्या बाटल्या माल घेऊन येतो. सोबतीला पिण्याच्या पाण्याच्या बाटल्याही आणतो. बसू तुमच्या वरच्या रानातल्या लिंबाखाली. तिथं कुणी येतबी नाही. मग मनसोक्त खाऊ-पिऊ आणि गप्पाबी मारू. येऊ मग रातच्याला परत आपल्याच राजदूतवरून फार्महाऊसवर. कार लावून द्या आखाड्यावर. निघा मग पुढं तुम्ही कार घेऊन. मी येतो सारं सामान घेऊन मागनं. चार वाजता या, एकटंच लिंबाच्या झाडाकडं!"

"चलतंय, चलतंय." असं म्हणत तुळशीरामनं तयारी दर्शवली.

तुळशीरामनं फियाट गाडी काढली. ठरल्याप्रमाणं तो पुढं गडाळ्याला निघाला. कार शेतात आखाड्यावर जुन्या जीपगाडीच्या शेजारी लावून दिली. तो सालगड्यांना कामाचं नियोजन लावून रोजगारी बाया बापड्यांच्या मागं-पुढं फिरत होता. शिवारात रब्बीच्या पेरण्या सुरू होत्या. काहींच्या संपल्या होत्या, तर काही जण पेरणी करत होते. काहींनी खुरपणीही सुरू केली होती. ऊस बागायतदार उसाच्या पाण्यावर होते. तुळशीरामचे सालगडीही उसात पाणी देत होते. वरच्या रानातून पाण्याची पाळी संपवून ते आखाड्या जवळच्या वावरातल्या उसाला पाणी देत होते. एक सालगडी नुकत्याच पेरलेल्या गव्हाला पाणी देत होता. गुराखी ओढ्याला गुरं सोडून बसले होते. जो तो

आपापल्या कामात गुंतला होता. आठ-पंधरा दिवसांनी तुळशीराम उसाचं गुऱ्हाळ सुरू करणार होता. काही रोजगारी चुलवन दुरुस्तीच्या कामाला लागले होते.

तितक्यात पाच-सहा वावरापलीकडं वरच्या रानात एक मोटारसायकल मधल्या धुऱ्यावर उभी करून धुऱ्यानं एक जण उसाच्या आड झाल्याचं तुळशीरामला दिसलं. तो लखोबा सावकार असल्याचं ओळखून तुळशीराम बांधाबांधानं वरच्या रानाकडं निघाला. तिन्ही बाजूंनी तुळशीरामचाच ऊस होता. तो चांगला तेवीस-चोवीस कांड्यांवर आला होता. परिपक्व झाला होता. महिना-दीड महिन्यांपूर्वीच तुऱ्याला आला होता. रानात तिकोन्यावर लिंबाचं मोठं झाड होतं. धुरा रुंद आणि ऐसपैस होता. रोजगाऱ्यांनी त्यावरचं गवत कापून नेल्यानं झाडाखालची जागा चांगली मोकळीढाकळी आणि निर्मळ दिसत होती. त्या वावरातल्या उसाची पाणी देण्याची पाळी नुकतीच झाल्यानं पुन्हा तिकडं कुणी गडीमाणसं येण्याचं कारण नव्हतं. बहुधा त्या वावरात कामाशिवाय कुणी फिरकतही नव्हतं.

तुळशीराम झाडाखाली आला. लखोबानं मोठा चारताळी डबा, भाकरीची पिशवी, दारूच्या बाटल्यांची मोठी पिशवी, पाण्याच्या बाटल्या आणून ठेवल्या होत्या. तो इकडंतिकडं फिरून मागमूस घेत होता.

"काय सावकार, का फिरताय उगीच चिखलात?" तुळशीरामनं विचारलं.

"लघवीला गेलो होतो हो, कारभारी."

"झाली का मग लघवी करून?"

"झाली झाली." लखोबा उत्तरला.

लखोबा जवळ येऊन बसायची वाट न पाहताच तुळशीरामनं दारूच्या बाटल्यांची पिशवी काढली. त्यात लखोबा सावकारानं महागडा आणि जोराची किक मारणारा मिलिटरीच्या कँटीनचा माल आणला होता. त्यावर तुळशीराम जाम खूश झाला आणि म्हणाला, "काय सावकार, आज कुणीकडून दिवस निघाला म्हणायचा?"

"मीनलकडून निघाला म्हणायचा, कारभारी!" असं म्हणून दोघंही विनोद करून हसू लागले.

"बरं सावकार, तुम्ही तर कधी पीत नाही. मग आज कसं काय प्यायचं खूळ मनावर घेतलं बुवा?"

"कारभारी, तुमच्या खुशीत एखादा दिवस घालवायचाच होता मला. नेमकं आजच्याच मुहूर्ताला मीनलनं तुमच्यासाठी सुट्टी जाहीर केल्यानं तुमचा हिरमोड झाल्याचं माझ्या लक्षात आलं. त्यामुळं किमान आपण तरी कारभाऱ्याला खूश करण्याचा चान्स सोडू नये, म्हणून ऐनवेळी हा बेत केला बघा."

"तुमचा बेत लयीच भारी म्हणायचा की सावकार." तुळशीराम खुशीत येऊन

म्हणाला.

"चला कुणी तरी आपली तारीफ करतंय म्हणायचं!"

"अहो सावकार, तुम्ही तारीफच करण्याच्या लायकीचे माणूस आहात!"

"कधी ध्यानीमनी नसताना तुम्ही मला आणि मीनलला एकत्र आणण्याचं काम केलं बुवा. हे काम कुण्या येऱ्यागबाळ्याचं आहे व्हय? ते काम तुमच्यासारख्या चांगल्या माणसानंच करू जाणं बघा सावकार." तुळशीरामनं अगदी मनापासून लखोबाचं कौतुक केलं.

"कारभारी, फक्त तुमच्या प्रेमाखातर केलंय मी. बाकी आपण कधी कुणाच्या भानगडीत पडत नसतो बरं." लखोबानं पुन्हा त्यावर पोतरं फिरवलं.

"बरं, असू द्या. सावकार आज पहिल्यांदा पिणार म्हणल्यावर आम्हाला प्यायला माल कमी पडायचा म्हणायचं..."

"किती प्यायचाय तितका प्या की कारभारी. पुन्हा आणखी आणून देऊ, लागंल तितका!"

"बरं बरं. चला मग लावा ग्लास तुमचा."

"खरं सांगतो कारभारी, मी आज फक्त तुमच्यासाठीच पहिल्यांदा घेणारं आहे. मला झेपंल तितकीच घेतो थोडीशी. या कामात मला तुमची बरोबरी नाही व्हायची!"

"घ्या घ्या... किती घ्यायची तेवढी घ्या. मी कशाला बळजबरी करू तुमच्यावर. मी बळजबरी करणार ती फक्त मीनलवर."

हां हां हां..., हां हां हां... करून दोघंही हसू लागले.

तुळशीराम पीत होता. पेगवर पेग रिचवत होता. लखोबा मात्र फक्त पिल्यासारखं करत होता. ग्लास तेवढा तोंडाला लावून पाठीमागं सांडून देत होता. तुळशीरामशी गप्पा मारत डब्यातल्या कोंबडीच्या उकडीवर ताव मारत होता. बघता बघता तीन-चार बाटल्या संपल्या होत्या. मीनलच्या गोड गोड गप्पा मारून तो तुळशीरामचे ग्लासावर ग्लास भरत होता. बेधुंद झालेला तुळशीराम फक्त पीतच होता. तो दारू संपवत होता, लखोबा फक्त कोंबड्याची उकड संपवत होता. आता कडक दारूनं तुळशीरामवर ताबा मिळवला. त्याचा कंट्रोल पूर्णतः सुटला होता. न त्याला बोलता येत होतं, ना काही कळत होतं. लखोबा कावळ्यासारखा कपटी होता. तो पूर्णतः शुद्धीवर होता. त्यानं दारू प्यायलीच नव्हती. फक्त तुळशीरामलाच सारी पाजली होती. तो बेधुंद होऊन निपचित पडला होता.

दिवस मावळतीला गेला. लखोबा जागेवरून उठला. इकडंतिकडं पाहू लागला. कुणाच्या येण्या-जाण्याचा मागमूस घेऊ लागला. कुणी येत-जात नसल्याचं बघून

लखोबानं खिशातली दोरी काढली. तिचा फास करून तो त्यानं तुळशीरामच्या गळ्याला लावला. जोर लावून करकचून तो आवळला. तुळशीराम पाय खोडत होता. त्याचं शरीर पूर्णत: दारूच्या आहारी गेल्यानं त्याची ताकद अपुरी पडत होती. फास आवळल्यानं पाय खोडून खोडून तुळशीरामनं अखेर जीव सोडला. मनात धरलेला नाद पुरा न करताच सारं काही गमावून तुळशीराम संपला. तो मृत पावल्याची खात्री पटल्यानंतर लखोबानं तुळशीरामचा मृतदेह मेलेलं जनावर ओढून नेल्यासारखं नेत उसाच्या फडात मध्यभागी नेऊन टाकला. मृतदेह आणि खाल्ल्या-पिलेल्या ठिकाणी लखोबानं कुठलाच पुरावा ठेवला नाही. तुळशीरामच्या बोटांमल्या अंगठ्या, मनगटातलं सोन्याचं कडं, गळ्यातली सोनसाखळी काढून स्वत:च्या खिशात कोंबली. मढ्याच्या टाळूवरचं लोणी खाणारा असा तो होता. अत्यंत थंड डोक्यानं तो वावरत होता. त्यानं सोबत आणलेलं सारं सामान आणि पिशव्या बांधून घेतल्या. इकडंतिकडं बघत तो रानातून बाहेर पडला. मोटारसायकल काढली. किक मारली. तिथून तो कुणाच्या नजरेस न पडता सरळ शहराकडं पसार झाला. नव्या फार्महाऊसवर तो मीनलसोबत निर्विकारपणे सुखानं राहू लागला. मीनलनंही कपटी लखोबाच्या दिग्दर्शनाखाली चांगलं नाटक वठवलं होतं.

तिकडं तुळशीराम उनाळ्याचा मृतदेह बऱ्याच दिवसांनी उघडकीस आला. मृतदेहाचा वास उठल्यानं कुत्रे आवतीभोवती घुमत होते. कोल्ह्या-कुत्र्यांनी मृतदेह छिन्न-विछिन्न करून टाकला होता, प्रेताची परस्पर विल्हेवाट लागली होती. पोलीस तपास करत होते. कुणाच्याच काही हाती लागत नव्हतं. लखोबा सावकाराचं मात्र फावलं होतं!

तालुक्यात ग्रामपंचायतीच्या निवडणुकांचे वेध लागले होते. जानेवारी महिन्यात जिल्हाधिकारी कार्यालयात सरपंचपदाची आरक्षण सोडत काढण्यात आली. त्यात जावळीचं सरपंचपद अनुसूचित जातीच्या महिला प्रवर्गासाठी सुटलं. ग्रामपंचायतीत सरपंचाचं पद आरक्षित झाल्यानं पिढ्यान्‌पिढ्या ग्रामपंचायतीवर ताबा ठेवून असलेल्या मातब्बरांचं स्वप्न मात्र धुळीस मिळालं होतं. सरपंचपद राखीव झाल्यानं गावातले बहुतांश प्रस्थापित अंग राखून काम करत होते. भ्रष्टाचाराच्या प्रकरणात डागाळलेला रमेश धनमांडे तर निवडणुकीच्या मैदानापासून दूरच होता. लखोबाला मात्र ग्रामपंचायत आपल्याच ताब्यात असायला हवी असं वाटायचं. तो पुन्हा नव्यानं ग्रामपंचायतीच्या निवडणूक कामाला लागला.

निवडून येणाऱ्या चांगल्या उमेदवारांची शोध मोहीम त्यानं सुरू केली. मागच्या निवडणुकीत कटकारस्थान करून त्यालाच पराभूत करण्यात आलं होतं. त्यामुळं यावेळी तो सावधगिरीनं वागत होता. बारीकसारीक गोष्टींवर ध्यान ठेवून तो पावलं उचलत होता. अनुसूचित जाती प्रवर्गातली एखादी अडाणी आणि कानाखालची महिला त्याला पॅनेलमध्ये हवी होती. साऱ्या गोष्टींचा अंदाज बांधून लखोबानं निवडून येईल अशी शेवंता नावाची महिला गाठली. शेवंताचा कौटुंबिक पसारा मोठा होता. तिच्यासह तिच्या घरातली सारी मंडळी पडेल ती कष्टाची कामं करायची. त्यामुळं तिचं घर खाऊन-पिऊन बऱ्यापैकी पैसाअडकाही बाळगून होतं. तिची चारही पोरं चांगली तरावट होती. चार पोरांसह सुना, नाती-नातू असे पंधरा-सोळा मतदार तिच्या घरातच होते. सर्वांशी गोड बोलणारी शेवंता तिच्या बिरादरीत अनेकांच्या सुख-दुःखात सहज सहभागी व्हायची. त्यामुळं तिचे सर्वांशी चांगले संबंध होते.

एके दिवशी मुद्दामहून लखोबानं तिच्या घरी जाऊन तिची भेट घेतली. रात्रीच्या वेळी अचानक लखोबा सावकार घरी आल्याचं बघून शेवंता आश्चर्यचकित झाली. सावकाराला बघून घरातली लहान-मोठी सारी मंडळीही कुतूहलानं आवतीभोवती येऊन उभी राहिली. स्वतःला सावरत शेवंता म्हणाली, "सावकाराचं असं अचानक कसं काय पाय लागलं म्हणायचं आमच्या गरिबाच्या दाराला?"

"कोण गरीब?" लखोबानं गमतीनं प्रतिप्रश्न केला.

"मग काय, आम्ही तुमच्यासारखं थोडंच जमीनदार हाय का मालक? आम्ही रोजीरोजगार करून पोटाची खळगी भरणारी माणसं. गरीब नाही तर काय म्हणायचं?"

"तसं नाही शेवंताबाई. तुम्ही स्वतःला गरीब समजताय, तो तुमचा मोठेपणा झाला. खरं म्हणजे आजच्या काळात कुणीच गरीब नाही आणि तसं स्वतःला गरीब समजून वागायचं काही कारणही नाही. तुम्ही किती दिवस स्वतःला गरीब समजून मागं राहायचं? असं मी म्हणतो." लखोबानं शेवंताबाईला थोडं कोड्यात टाकलं.

"मला तुमचं बोलणं कळलं नाही मालक." शेवंतानं संभ्रमानं विचारलं.

"तुम्हाला मी आता खरंच तुमच्या गरिबीच्या फेऱ्यातून बाहेर काढायला आलोय शेवंताबाई."

"म्हणजी?"

"अहो, किती दिवस तुम्ही असंच रोजी रोजगारासाठी लोकांचे धुरे-बंधारे तुडवत राहणार?"

"म्हणजी?" शेवंतानं पुन्हा विचारलं.

"मी तुम्हाला गावची कारभारीन करावं म्हणतोय."

"काय सावकार, कशाला गरिबाची चेष्टा करताय?"

"चेष्टा नाही. मी खरंच सांगतोय."

"कसं हुईल सावकार आमच्या सारख्याच्यानं गावचा कारभार. आम्हाला आमचं साधं घरसुद्धा नीट चालवता येईना. गावाचं काय घेऊन बसलात मालक?"

"त्यात काय असतं? पैसा अन् सत्ता हातात असली, की सारं जमून जातं." लखोबा शेवंताला फुगवत होता.

"म्हणजी?" शेवंतानं पुन्हा तसाच प्रश्न विचारला.

"शेंवताबाई, सरकारनं तुमच्या जातीच्या महिलेस सरपंचाचं पद राखीव ठेवलंय."

"मला नाही कळलं मालक."

"तुमच्या जातीतून निवडून येणाऱ्या महिलेमधूनच आपल्या गावचा सरपंच होणार आहे."

"त्याचं काय व्हवं मालक आपल्याला?"

"आता तुम्हाला सरळसरळ सांगतो. माझ्या पॅनलमधून मी तुम्हाला निवडणुकीसाठी उभा करतोय. तुम्ही निवडून आलात, की झालात समजा आपल्या गावच्या सरपंच." लखोबानं सविस्तर खुलासा केला.

"त्यातलं काय जमणार मालक आपल्यास्नी?" शेवंतानं मुद्दाम पडती भूमिका घेतली.

"जमंल जमंल, सारं जमंल. मी आहे ना तुमच्या पाठीशी. तुम्ही चिंता कशाला करता? तुम्ही फक्त खंबीरपणानं हो म्हणा."

"व्हय बरं, निवडणुकीत पैसा लागतो. कुठाय पैसा आपल्याकडं?"

"तुमच्यासोबत तुमच्या जातीची मतं तर आहेत ना. मग कशाला लागतो पैसा?"

"व्हय, तेबी खरं; पण निवडणुकीत बाकीची लोकं पैसा खर्च करायले म्हणजी आपल्या जवळची लोकंबी माती खाऊन लांब जात्यात म्हणून म्हणलं." शेवंता म्हातारी अनुभवाचे बोल बोलून खुलासा करत होती.

"तसा कमी-जास्तीला मी आहे ना तुमच्यासोबत. काय लागायचे तितके लागू दे. मग तर तयारी आहे ना शेवंताबाई तुमची?" लखोबानं सारी भूमिका स्पष्ट केली.

"बघते. घरातल्या माणसास्नी बोलून. सारी माणसं राजी झाली तरच म्या व्हय म्हणीन. तेबी तुम्ही खंबीरपणं माझ्या पाठीमागं असला तरच. नाहीतर माझी बिनकामाची फजिती व्हायची!" शेवंतानं लखोबा सावकारावरही जबाबदारीचं ओझं टाकलं.

"होय, होय. मी आहे तुमच्या पाठीशी खंबीरपणे. फक्त तुम्ही हो म्हणा."

"बघते आज रातच्याला साऱ्यांस्नी विचारून."

"मग येऊ मी सकाळी पुन्हा तुमच्याकडं?" लखोबानं विचारलं.

"व्हय, व्हय. या उद्याच्याला." शेवंता म्हणाली.

लखोबाला शेवंताच्या होकाराची अपेक्षा होती. रात्री शेवंताच्या घरी साऱ्यांची चर्चा झाली. लखोबाच्याच पॅनलमधून आपण निवडून येऊ शकतो. याचा अंदाज साऱ्या कुटुंबीयाना होता. म्हातारी सरपंच होणार. घरात सरपंचपद येणार म्हणून साऱ्या कुटुंबीयांच्या आशा पल्लवित झाल्या होत्या.

ठरल्याप्रमाणं दुसऱ्या दिवशी लखोबा सकाळी सकाळी शेवंताच्या घरी आला. चहापानानंतर शेवंतानं होकार दिला. निवडून आल्यास शेवंताला सरपंच करण्याचं ठरलं. शेवंतानं लखोबाच्या सल्ल्यानं सरपंचकी हाकण्याचं ठरलं. त्याबाबतच्या आणा-भाका घेण्यात आल्या. शेवंता म्हातारी आणि लखोबा दोघांनीही हातात जोंधळं घेऊन दिल्या-घेतल्या वचनाला जागायचं ठरलं. स्वत: लखोबा आणि शेवंता अशी दोघांची उमेदवारी पक्की झाली होती. इतर निवडून येणारे उमेदवारही तयार केले. लखोबानं तगडं पॅनल उभं करून निवडणुकीत आव्हान निर्माण केलं. मागच्या वेळेला झालेल्या चुका दुरुस्त

करून त्यानं निवडणुकीत रंग भरला होता. लखोबाकडून साऱ्या नीती-अनीतीचा वापर करण्यात आला. शेवटी मतदान होऊन लखोबाच्या पॅनलचा दणदणीत विजय झाला. लखोबाही चांगल्या मतांनी विजयी झाला. ठरल्याप्रमाणं शेवंता सरपंच आणि लखोबा सावकार उपसरपंच झाले. शेवंता नामधारी, तर लखोबा कारभारी असं ग्रामपंचायतीचं काम सुरू होतं. लखोबानं ग्रामपंचायतीवर सत्ता आणल्याची परिसरात चर्चा होऊ लागली. दरम्यान, माजी मंत्री राहिलेले साहेबही तितक्यात झालेल्या निवडणुकीत विजयी होऊन पुन्हा मंत्री झाले होते. ग्रामपंचायतीतल्या विजयाबद्दल त्यांनीही लखोबा आणि संपूर्ण पॅनलचं कौतुक केलं.

लखोबानं चांगल्या-वाईट अशा माध्यमातून स्वत:ची वेगळी ओळख निर्माण केली होती. जगण्याची चांगली साधनं उभी केली होती. बघता बघता त्यानं वयाच्या पस्तीस-चाळीस वर्षांच्या कालखंडात स्वत:ला सिद्ध केलं होतं. सर्व काही चांगलं नसलं, तरी त्यानं बरंच काही करून दाखवलं होतं. तो पुढं चालत होता, मागं फिरून पाहत नव्हता. त्याचं घरही चांगल्यापैकी चालत होतं. त्याचा थोरला मुलगा प्रकाश शिक्षण अर्धवट सोडून चुलत्यासोबत शेती पाहत होता. मधवी मुलगी हेमा आणि चंद्र्या म्हणून ओळखला जाणारा धाकटा मुलगा चंद्रकांतही शिकत होते. थोरला मुलगा प्रकाश ग्रामीण भागातल्या रीतिरिवाजानुसार लग्नाच्या वयाचा झाला होता.

शिक्षणसंस्था, गुत्तेदारी, शहरातली घरं, गावातली दुकानदारी, लखोबाची राजरोसपणे चालणारी सावकारी, ताब्यात असलेली ग्रामपंचायत, आसरपसर झालेली शेती आणि मंत्री महोदयांसोबतची लखोबाची उठबस लोकांच्या नजरेत सहज भरत होती. त्याचं ते वैभव आणि आभासी कीर्ती ऐकून-बघून परिसरातले काही सगे-सोयरेही त्याच्या घरात सोयीरपणासाठी लक्ष ठेवून होते. पारूलाही घरा-दारातला मोठा राबता सावरण्यासाठी एखादी सून हाताखाली हवी होती. उनाडक्या करणारा पक्या तर लग्नासाठी वयानुसार उतावीळच झाला होता. अंगात म्हातारपण आलेल्या नामा-जनालाही डोळ्यांदेखत नातवाचं लग्नकार्य होऊन जावं, असं मनोमन वाटायचं. लखोबालाही त्यात काही अडचण नव्हती. पोराच्या लग्नाच्या निमित्तानं हुंड्याच्या माध्यमातून त्यालाही चांगला धनलाभ होणारच होता; शिवाय गावभर हुंदडत फिरणारं पोरही लग्न झाल्यास बायकोच्या ओढीनं संसारात गुंतून राहील, असं लखोबाला वाटायचं. करता करता प्रकाशला जवळच्याच संबारेडी गावातलं चांगल्या घराण्यातलं एक चांगलं स्थळ चालून आलं. मुलगी शांता काळी-सावळी असली, तरी नाका-डोळ्यांनी निटस होती. अंगाबांध्यानं टंच भरलेली. स्वभावानं चांगली. ती दहावी-बारावी शिकलेली होती. दोन्ही बाजूंनी सारं काही जुळून आल्यानं भरमसाठ हुंडा ढापून लखोबानं प्रकाशचं लग्न माना-सन्मानानं उजवून टाकलं. त्याचं सारं काही दिवसागणिक अधिकाधिक सुरळीत

होत चाललं होतं.

आयुष्यात लखोबानं बऱ्याच उलथापालथी घडवून आणल्या होत्या. त्यानं टाकलेले सारे फासे सुलटे पडले होते. त्यामुळं तो स्वत:ला यशस्वी पुरुष समजत होता. त्याच्या डोक्यात गर्वाचा कैफ चढला होता. तो पुरता उन्मादून गेला होता. दरम्यानच्या काळात तुळशीराम उनाळ्याचा विषय केव्हाच काळाच्या पडद्याआड गेला होता. मीनल आणि लखोबा मात्र तुळशीरामकडून मिळालेल्या भल्यामोठ्या फार्महाऊसमध्ये सुखासमाधानानं राहत होते. शहर विस्तारामुळं फार्महाऊसच्या आवतीभोवती बरीचशी वस्ती वाढली होती. फुकटात मिळालेल्या त्या मिळकतीला सोन्याचा भाव आला होता. सारी सुखं पायाशी लोळणं घेत असतानाही लखोबाचा पैशाचा सोस काही केल्या कमी होत नव्हता. तो पुन्हा मीनलचा वापर करून कुणाला तरी गंडवण्याच्या नादात होता. तितक्यात त्याच्या थोड्याफार ओळखीचा असलेला बोडख्याचा नाथाजी पाटील घरादारातून बेदखल झाला होता. लखोबा त्याला आधार देऊन लुटण्याचा प्रयत्न करत होता.

नाथाजी पाटील, वय वर्ष सुमारे साठ-बासष्ठ, रा बोडखा. ते परिसरातलं एक बेरकी, बाईलवेडं आणि मवाली व्यक्तिमत्त्व. चांगली तीस-चाळीस एकरांची बागायती शेती. सोबतीला शहरालगत प्लॉटिंगचा धंदा. एक मुलगा, एक मुलगी दोघंही पेशानं शेजारच्या जिल्ह्यात जिल्हा परिषदेच्या शाळेत शिक्षक. जावई आणि सूनही शिक्षकच. नाथाजी कमालीचा व्यसनी आणि मस्तवाल. बायकोला त्याच्याकडून नेहमी मारझोड व्हायची. त्यामुळं ती कायम मुलीसोबतच तिच्या जावयाकडं राहायची. नाथाजीला कुणीही विचारत नव्हतं. त्याचं वारंही कुणी अंगावर पडू द्यायचं नाही. मुलगा आणि सून तर त्याला दारातही उभं राहू देत नसत. सारं काही असूनही नाथाजी पाटील निराधाराचं जिणं जगत होता. वयोमानानुसार तो थकत चालला होता. शरीरानं तो थकत असला, तरी त्याचं मन पुरतं रंगेल आणि तितकंच नादिकही होतं. उतरत्या वयातही त्याचे नको ते नाद सुरूच होते. वाईटाशी त्याचा संग लवकर जुळायचा. त्याचा तो स्वभावगुणच तसा विचित्र होता. त्याचाच नेमका फायदा लखोबानं घेतला.

लखोबाही कमालीचा इरसाल होता. तो नाथाजीच्या एक पाऊल पुढचा होता. चार-पाच भेटीतच दोघांची चांगली गट्टी जमली होती. लखोबानं नाथाजीच्या साऱ्या वाईट नादाला आडवळणानं फुंकर घातली होती. त्यामुळं आपल्याही मनाचा आदर करणारी लखोबासारखी माणसं दुनियेत आहेत, याचं समाधान नाथाजीला वाटत होतं. त्यामुळं दोघांचं चांगल्यापैकी सूत जुळलं होतं. दोघांचं बाहेर खाणं-पिणं वाढलं होतं. गप्पाटप्पाही रंगत होत्या. काही प्रसंगी नाथाजी त्याच्या वाट्याला आलेलं कौटुंबिक

वैशम्य विशद करून लखोबाला सांगत होता. बऱ्याचदा आयुष्यात त्यानं पुरे केलेले चांगले-वाईट नादही रंगवून सांगत होता. लखोबा ते अत्यंत चतुराईनं ऐकून घेत होता. त्यातून तो नाथाजीच्या स्वभावाचा बारकाईनं अभ्यास करत होता.

एके दिवशी लखोबा नाथाजीला म्हणाला, “पाटील, तुमच्यासारख्या हुशार माणसाच्या वाट्याला असला वनवास कसा काय आला? तेच मला कळत नाही. एवढी धनदौलत असताना जवळ बायको नाही, पोरगं नाही, सून नाही, ना लेक नाही. असं का?”

“कसंय सावकार, आपलं कुणाला कायी पटत न्हाय. म्हणून आपल्याला साऱ्यांनी वाऱ्यावर सोडून दिलंय.”

“मग तुम्ही का सुधारून वागत नाही?” लखोबानं मुद्दामहून नाथाजीला सल्ला दिला.

“कसंय सावकार, आपल्या निम्म्या अर्ध्या गवऱ्या गेल्यात नदीवर. आता आपल्यात कसल्या सुधारणा व्हणार?”

“तसं नाही. कुटुंबासोबत राहायचं झाल्यास सुधारून तर घ्यावंच लागंल.”

“ते आता आपल्याच्यानं व्हणं न्हाय. आता काय राह्यलंय जगण्यात.”

“असं कसं? तुमच्यासारख्या माणसानं तरी अशी हाय खाऊ नये, असं वाटतंय मला.”

“न्हाय न्हाय सावकार. आयुष्यात लई बारा भानगडी झाल्यात आपल्याकडनं. आता तुटलेली मनं नाही जुळायची. पोरं शिकून मोठी झाल्याती. चांगली मास्तर झाल्याती. त्येंची मायबी पोरांच्याच मतांची हाय. तिला माझी भीती वाटतीया. तिनं आपल्यास्नी कधीच सोडून दिलंय. तिनं आता लेकीचं घर धरलंय. ती काय आता माझ्याकडं यायची न्हाय.”

“का?”

“तिला धा-पाच येळा लय मरोस्तोवर मारलंय म्या.”

“का?” लखोबानं आश्चर्यानं पुन्हा प्रश्न विचारला.

“का म्हणजी? आपल्यासारख्या दारूड्याचं काय खरं असतंय सावकार. पिली दारू, बदडली धरून. मारायला थोडंच कारण लागतंया. त्यामुळं कटाळून तिनंच आपल्यास्नी सोडून दिलंय.”

“मग आता पुन्हा जावं बायकोकडं. हात जोडावेत. विनंती करावी. गोड बोलून विश्वास दाखवून आणावं तिला आपल्या सोबतीला. बायको बायकोच असते. खरं तर म्हातारपणातच बायकोची जास्त गरज असते माणसाला पाटील.”

“छ्या छ्या! ती काय न्हाय यायची आता. अन् आपुनबी न्हाय जायचा तिच्या

आरी आता!"

नाथाजी तिरसट होता. त्यानं अंगाला झटका देऊन तिरस्कार व्यक्त करत स्पष्टपणानं नकार दिला.

"मग, उरलेलं आयुष्य कसं जगायचं पाटील तुम्ही?"

"जगायला बायकूच कशाला लागते सावकार? गरज पडली तर ठिवायची एकांदी बाय. जमंल तोवर जमवायचं, न्हायतर द्यायचं सोडून." नाथाजी बेफिकीरपणे पाढंऱ्या मिशा पिळत हातवारे करून बोलू लागला.

"ठेवलेली बाई थोडीच कायमची चांगली साथ देईल पाटील. ती थोडीच तुमच्या पोटा-पाण्याकडं बघणार की तुमची मनापासून काळजी घेणार?"

"मग आता काय करावं म्हणताय म्या?"

"करता का मग पुन्हा लग्न?" लखोबानं अखेर अगदी सफाईदारपणे जाळं टाकलं.

नाथाजी हसू लागला. मग म्हणाला, "काय सावकार, आता म्हातारपणात कोण देईल बायकू आपल्यास्नी?"

"आहे एक पोरगी. बघू का विचारून?"

"काय सावकार, कशाला मस्करी करताय म्हातारपणी माझी?"

"मस्करी नाही पाटील, खरंच सांगतो."

असं म्हटल्यावर नाथाजी चांगलाच खुलला. लखोबानं टाकलेल्या जाळ्यात तो अगदी अलगदपणे अडकला. लखोबाच्या जवळ सरकत म्हणाला, "कोण हाय, कुठं ऱ्हातीया, दिसायला चांगली हाय का? द्या की एकदाची भेट घालून."

"पाटील, ती काय बाजारातला भाजीपाला नाही. ती लग्नाची चांगली गरीब मुलगी आहे. तुमचा लग्नास होकार असंल तर सांगा. बघतो विचारून तिला." बावरलेल्या नाथाजीचा अंदाज ओळखून लखोबानं त्याला चांगलंच घेरात घेतलं.

"व्हय पण, या वयात लग्न केल्यावर लोकं हसतील की. त्येचं काय करायचं?" नाथाजी पाटलानं शंका उपस्थित केली.

"तेही खरंच आहे. जाऊ द्या मग, कशाला विचार करायचा, नको त्या विषयाचा?"

"तसं न्हाय सावकार, म्या काय म्हणतो, तशी तिला गुपचूप रखेल म्हणून ठेवून घेता येणार न्हाय का?" नाथाजीनं मधला मार्ग सुचवला.

"तसंच रखेल म्हणून ठेवून घ्यायचं म्हणता? तुमचं म्हणणं खरं आहे पाटील; पण तुमच्यासारख्या बाजारू अन् रंगेल माणसावर कोण विश्वास ठेवंल?"

"न ठेवायला काय झालं सावकार? चार पैकं फेकलं की होत्यात राजी तशा त्या."

"पैशांसाठी काहीही करायला ती काही बाजारू बाई नाही पाटील. ती चांगली घरंदाज आहे. रूपवानसुद्धा आहे."

"तरीबी बघा ईचारून. करू कायी तरी येवस्था!"

म्हातारा नाथाजी गडी चांगलाच रंगात आला होता.

"बघतो विचारून. मला विचारायला काय लागतंय. हो तरी म्हणील अथवा नाही तरी म्हणील. तिसरं काय म्हणणार?"

"बघा बघा, तुम्ही मनावर घेतल्यावर डाव नाही फसायचा." म्हातारा नाथाजी चांगलाच आशेला लागला होता.

"बघू बघू, जुळवून आणायचा प्रयत्न करतो; पण मी ना तुम्हाला फसवणार ना त्या पोरीला! माझ्याकडून जे काही होईल, ते अगदी सरळसरळ खरं असंल!" लखोबानं नाथाजीच्या कोपराला गूळ लावून ठेवला.

पंधरा-वीस दिवस लखोबा गुत्तेदारीच्या आणि संस्थेच्या कामात व्यस्त राहिला. स्वाभाविकपणे नाथाजीकडे लक्ष द्यायला त्याला वेळच मिळाला नाही. त्या काळात नाथाजी चांगलाच घाईला आला होता. त्याची बैचेनी ध्यानात घेऊन एके दिवशी दोघं जण बोडख्याला नाथाजीच्या घरी निवांत बसले. त्यानंतर ते दोघं त्याच्या शेतावरही गेले. त्याची शेतीही चांगली होती. नाथाजीला त्यातून चांगली आमदानी होत होती. तिथंच दोघांचं खाणं-पिणं झालं.

नाथाजीनं मूळ विषयाला हात घालत म्हटलं, "सावकार, विचारलं का पोरीला मग?"

लखोबा थोडंसं दुर्लक्ष करून म्हणाला, "पाटील, कशाला नाद करताय, आता नको तो?"

"म्हणजी? तुम्हीच तर म्हणाला हुता की?"

"हो. मीच म्हणालो होतो, ते खरंय; पण..."

"आता पणबिन कायी करू नका. काय ते नक्की करा आपलं. जिवाला लय वैताग आलाय. कुणासंग तरी म्हातारपणीचं चार दिस सुखात घालावं म्हणतुया." नाथाजी घाईला येऊन म्हणाला.

"कसंय पाटील, पोरगी लग्नाची आहे. देखणीबी आहे. म्हणून ती जास्तीचा भाव खायला लागली आहे. तुम्ही तर कमालीचे झटाळ पाटील दिसताय. मला वाटत नाही, की तुम्ही तिचे लाड पुरवू शकाल असं." लखोबा पाटलाला मुद्दामहून हिणवत म्हणाला.

लखोबाच्या त्या आव्हानावर नाथाजीही खवळून म्हणाला, "काय सावकार, त्या फोदरीचीला ह्या पाटलाचा नादच माहीत नसावा. ह्या पठ्ठ्यानं अशा लयी बया बघितल्याती म्हणावं. तिचं काय लाड पुरवायचं ते सांग म्हणावं तिला. वादीसाठी हाल्या कापणारा हा नाथाजी पाटील हाय म्हणावं! अशा कामात ह्यो पाटील न्हाय मागं

सरायचा!"

"असं म्हणता? मग असं करू. जाऊ दोन-तीन दिवसांनी तिच्याकडं. तिला बोलावून घेतो मी माझ्या शहरातल्या घरी. तुम्हीबी बघा एकदा ते पाखरू किती भारीचं आहे ते. मग ठरवू काय करायचं ते."

मीनलला बघितल्यानंतर नाथाजी चेकाळल्याशिवाय राहणार नसल्याची खात्री लखोबाला होती. त्यामुळं मीनलची झलक दाखवून तिचा भाव तो वाढवू पाहत होता. दोन-तीन दिवसांनी नाथाजीला मीनलकडं न्यायचं ठरलं होतं. शेतशिवारात सुगीचे दिवस तोंडावर आलेले असतानाही सारी कामं सोडून नाथाजी लखोबाच्या नादाला लागला होता.

रात्री फार्महाऊसवर जेवणानंतर लखोबा आणि मीनल दोघंही चांगल्या रोमँटिक मूडमध्ये होते. अंगसंगानंतर दोघंही पडून हसून गप्पा मारत होते. बोलता बोलता लखोबा हळूच म्हणाला, "मीनल, तुला आणखीन एक नाटक करायचं आहे."

"आता आणखीन काय?" मीनल विजेसारखी दचकून म्हणाली.

"एकच सांगतो. आता एकच शेवटचं नाटक असंल ते. बस्स! त्यानंतर मी तुला कसलाच त्रास देणार नाही."

"कसल्या नाटकाचं म्हणताय?" मीनल पुन्हा सावध होत म्हणाली.

"एक शिकार सापडलीय."

"अशा तुम्हाला दररोज शिकारी सापडणार आहेत. मी कुठपर्यंत वाहात राहायचं. मी काहीही करणार नाही. सांगून ठेवते." मीनलनं ठणकावलं.

"नाही मीनल, नाही म्हणू नको. आता फक्त एकदाच. यापुढं मी तुला तसं करायला पुन्हा कधीच सांगणार नाही. खरं सांगतो. शपथ घेऊन सांगतो." लखोबा गळ्याला हात लावून म्हणाला.

मीनल हळवी झाली. डोळ्यांत पाणी आणून ती मुसमुसत रडत बसली. थोड्यावेळानं म्हणाली, "माझं नशीबच खोटं. चांगल्या विचारानं मी तुमच्यावर जीव ओवाळून टाकला. जिवाभावाचे भाऊ तोडले. तुमचा आधार घेतला. आता तुम्हीच माझा बाजार मांडलाय. मला जगायचीही लाज वाटू लागली आहे. वाटतं, असलं लाजीरवाणं जगण्याऐवजी जीव द्यावा अन् संपून जावं एकदाचं!"

मीनल पडल्या जागी बराच वेळ फणफणत होती. लखोबा मात्र पडल्या जागेवरून उठून बसत म्हणाला, "मीनल, खरंच सांगतो. फक्त आता एकच वेळ. त्यानंतर मी तसं कधीच काही करायला सांगणार नाही. मी जे करतोय, ते माझ्याही मनाला पटत नाही; पण पैशांसाठी करावं लागतंय. अन् एक सांगतो, त्या म्हाताऱ्याला तुझ्या अंगाला हातही लावू देणार नाही. फक्त अर्ध्या घंट्यासाठी तू त्याच्यासमोर नटून बसायचं आहे.

बाकीचं सारं काही माझं मी बाहेरच्या बाहेर परस्पर आटोपून टाकतो."

"अहो पण, करता करता नको ती भानगड उघडकीस आली आणि काही बरं-वाईट झालं, तर आम्ही कुणाच्या तोंडाकडं बघायचं?" मीनलनं भविष्याची भीती व्यक्त केली.

त्यावर लखोबा पुन्हा म्हणाला, "नाही मीनल. आता एकदाच शेवटची वेळ. पुन्हा असल्या भानगडी मीही करणार नाही. या वेळेला पाच-दहा लाखांची शिकार ढापतो. मग बसू निवांतपणानं. एवढी एकच वेळ तुला सहकार्य करायचंय."

"कोण आहे तो बिचारा?" मीनलनं विचारलं.

"आहे. बोडख्याचा म्हातारा पाटील. बराचसा पैसाअडका पाळून आहे. त्याला मी उद्या दुपारी आपल्या जुन्या घरी घेऊन येतो. इकडं फार्महाऊसवर नाही. उद्या सकाळी तू तेवढी सजून-धजून तयार राहा."

"शेवटचं सांगून ठेवते. त्यानंतर मी तशा भानगडीत पडायची नाही. पुन्हा तसं काही म्हणालात, तर जीव देईन एकदाची."

"नाही. पुन्हा तसं काही नाही करायचं मलाही." लखोबानं तशी ग्वाही देऊन मीनलला तयार केलं.

दुसरा दिवस उजाडला. सकाळी दहा-अकराच्या सुमारास लखोबानं मीनलला फार्महाऊसवरून जुन्या घरी नेऊन सोडलं होतं. तिथं तिला सोडून तो नाथाजीला घेण्यासाठी राजदूत गाडी घेऊन नाक्यावर प्रकटला. नाथाजी तयारीनिशी हजरच होता. तो उतावीळ झाला होता.

"सावकार, इथंच कुठं तरी हाटेलात च्याहा घेत घेत बघितली असती की. कशाला तुमच्या घरापस्तोर जायचं?" नाथाजी म्हणाला.

"पाटील, ती घरदांज पोरगी आहे. ती अशी कुठंबी हॉटेलात येणारी-जाणारी नाही. तुम्ही तसला पाजगतखोरीचा विचार करणार असाल तर नको. आपण थांबू इथंच. नको जायला त्या पोरीसमोर." लखोबानं नाथाजीला फटकारलं.

"त्येबी खरंच हाय. चला चला, जाऊ. जसं ठरलंय तसं करू."

"पुन्हा सांगतो पाटील, तिथं गेल्यानंतर कुठलाच भिकारचाळा करू नका. गप्पगुमान राहा. फक्त पोरगी बघून घ्या. काहीही बोलू नका. बाकीचं मी बोलेन नंतर तुम्हा दोघांशीही. ऐकलं का?"

"व्हय व्हय सावकार. आलं माझ्या ध्यानात." असं म्हणून नाथाजी पाटलानं मुंडी हालवली.

लखोबानं धरून आणल्याप्रमाणं नाथाजी घरी आला. तुळशीराम उनाळ्यासारखी

त्यानं कुठलीच रीतभात पाळली नव्हती. तो रिकाम्या हातानंच पोरगी बघायला आला होता. त्याला कशाचं भान असण्याचं कारणही नव्हतं. कारण तो वाढत्या वयानुसार बऱ्याच वेळा वेडगळल्यासारखं करायचा.

लखोबा आणि नाथाजी बैठकीत बसले होते. मीनल चहापाण्याच्या निमित्तानं दोघांच्या समोर वावरत होती. नाथाजी तिच्याकडं पाहत होता. मीनल नटली-थटली होती. ती तरण्याबांड पोरालाही भुरळ पडंल इतकी रूपवान दिसत होती. नाथाजी तर साठी ओलांडलेला म्हातारा होता. तिला पाहताक्षणी त्याच्या तर तोंडाला पाणीच सुटलं. तिचं अप्रतिम सौंदर्य बघून तो पुरता घायाळ झाला. ती त्याच्या मनात बसली. लखोबानं अधिकचं नको ते न बोलण्याची गळ घातल्यानं तो फक्त निमूटपणे काही न बोलता पुन:पुन्हा तिच्याकडं बघत होता. घंटा-अर्धा घंटा झाल्यानंतर ते दोघंही घराबाहेर पडले. शहराच्या बाहेरच्या नाक्यावर येऊन दोघं पुन्हा चहासाठी थांबले. नाथाजीच्या चेहऱ्यावर चमक आली होती. तो चांगला तरारला होता.

"सावकार, पोरगी खरंच लय भारीची हाय की राव!" नाथाजी म्हणाला.

"मग."

"मग काय, ती आपल्यास्नी जाम पटली म्हणायची."

"मग जुळवायचं का झेंगाट?" लखोबानं मुद्दामहून विचारलं.

"हे काय ईचारणं झालं व्हय सावकार आता?" असं म्हणून नाथाजी खळखळून हसला.

"तुमचं खरं झालं हो पाटील; पण पोरीचंबी म्हणणं ऐकून घ्यावं लागंल की मला."

"कायबी करा सावकार, तुमच्या पाया पडतो म्या. बरं ते जुग्गाड लावूनच द्या. तिला चांगला खर्चापाणीबी द्यायचं करू." म्हातारा नाथाजी मेटाकुटीला येऊन हात जोडत म्हणाला.

"बरं बघतो काय होतंय ते. पहिल्यांदा पोरीला विचारायला तर पाहिजे मला? त्यासाठी मला दोन दिवसांचा वेळ द्या. अन् सांगून ठेवतो, सारखी किटकिट लावू नका. अशा कामात थोडा दम काढला पाहिजे पाटील."

लखोबानं नाथाजीची तगमग वाढवण्यासाठी दमाची भाषा वापरली.

दोन दिवस म्हणता म्हणता चांगला आठवड्याभराचा टाईमपास करून लखोबानं नाथाजीची भेट घेतली. आपला मूड भलताच खराब असल्याचं सांगून नाथाजीच्या शेतावर दारू पार्टी करण्याची लखोबानं इच्छा व्यक्त केली. नाथाजी पार्टीसाठी नाही म्हणणाऱ्यांपैकी कधीच नव्हता; परंतु भेटल्या भेटल्या त्यानं दारू पार्टीची इच्छा व्यक्त केल्यानं नाथाजीचं टेंशन वाढलं होतं. तरीही तो गप्पच राहिला. त्यानंही स्वत:हून

विषय न काढण्याचं ठरवलं. मूळ विषयाला लखोबाकडूनच सुरुवात व्हावी, अशीच त्यानं मनाशी खूणगाठ बांधली. शहरातून बोडख्याला शेताकडं निघाल्यापासून नाथाजी अगदीच मोजून मापून बोलत होता. मीनलचा नकार ऐकण्याची त्याची थोडीही मानसिकता नव्हती. लखोबानंच स्वत:च्या खर्चानं मिलिटरी कॅन्टीनची दारू आणि सोबतीला खाण्या-पिण्यासाठी बरंच काही घेतलं होतं.

गावकरलाच नाथाजीचं शेत होतं. जागलीवर राजदूत झाडाखाली उभी केली. सोबतचं सामानसुमान घेतलं. दसऱ्याचा सण दोन-चार दिवसांवर आला होता. हस्ताचा महिना नुकताच लागलेला. ऊन धोंडं मारल्यासारखं चपकत होतं. अंगातून घामाच्या धारा निथळत होत्या. वावरातल्या एका झाडाखाली निवांतपणानं बसण्यासाठी दोघं धुऱ्यावरून चालत होते. हातात सामानाची पिशवी घेऊन नाथाजी पुढं चालत होता. त्याच्या मागून लखोबा 'हुश.. हुश...' करत पावलं टाकत होता. तितक्यात कुत्र्यांचं एक टोळकं समोर आलं. एक कुत्री, कुत्रे मात्र अनेक. कुत्रीला एक कुत्रं अडकलं होतं. संधी हुकलेले बाकीचे बिनकामाचे, रिकामचोट कुत्रे मात्र एकमेकांत कळवंडत होते. भान हरपलेला म्हातारा नाथाजी त्याकडं मन लावून थांबून पाहू लागला.

थांबलेल्या नाथाजीला बघून लखोबा हसून म्हणाला, "काय पाटील, काय चाललंय. तुम्हीबी कळवंडीत सामील होता की काय आता? लयीच ध्यान देऊन बघताय राव! असल्या गोष्टीचा भलताच नाद दिसतोय तुम्हाला."

लखोबाच्या त्या बोलण्यावर नाथाजी दम लागोस्तोवर हसून म्हणाला, "सावकार, माणसाचं काय अन् जनावरांचं काय, सारखंच असतं की."

"पाटील, तुम्ही भलतेच आंबट शौकीन दिसता राव." असं म्हणून दोघंही पुन्हा जोरजोरानं हसू लागले. खळखळून हसण्यामुळं नाथाजीचं टेंशन थोडं निवळलं होतं.

एका मोठ्या झाडाखाली दोघंही खाण्या-पिण्याचा पसारा मांडून बसली होती. नाथाजीनं एक पेग रिचवला होता. लखोबा भरलेला ग्लास तसाच हाती घेऊन बोलत होता.

"पाटील, मी काल रात्री मीनलला तुमच्याबद्दल सारं काही बोलून ठेवलंय."

"काय म्हणती ती?"

"तिला सांगितलं, पाटील चांगला देवमाणूस आहे. त्याला बायकोच्या सेवेची गरज आहे. पाटलांना जिवासारखं जपावं लागंल. त्या बदल्यात तुला काही कमी पडायचं नाही. जेव्हा केव्हा पाटील घरी येतील, तेव्हा ते कसे अधिक समाधानी राहतील याची काळजी घ्यायची, त्यांच्या पोटा-पाण्याची सारी व्यवस्थित काळजी घ्यायची, असं मी तिला सांगितलंय."

"मग झाली का ती तयार?" नाथाजी उत्सुकतेनं विचारू लागला.

"तशी ती राजी होईल हो; पण तिच्याही काही मागण्या आहेत. त्या तुमच्याकडून पूर्ण होतील, असं मला वाटत नाही पाटील. म्हणूनच आजचा हा दारू पार्टीचा बेत केला."

"असून असून काय मागण्या असणार सावकार तिच्या? काय ते करून टाकू सारं." नाथाजी उतावीळपणे प्रतिसाद देत म्हणाला.

लखोबालाही नाथाजीकडून तशाच प्रतिसादाची अपेक्षा होती. त्यानं नाथाजीची नजर चुकवून हातातला भरलेला ग्लास पाठीमागं सांडून दिला आणि म्हणाला, "पाटील, भरा की ग्लास. कशाचा विचार करताय?"

पुन्हा दोघांनीही ग्लास भरले. नाथाजीला दम निघत नव्हता. एका दमात त्यानं दुसराही ग्लास रिकामा केला. नाथाजीचा अंदाज घेत घेत लखोबा म्हणाला, "पाटील, मला एक सांगा. मीनलला किती खर्च द्यावा, असं वाटतं तुम्हाला?"

"त्येचं कसंय सावकार, त्यातलं आपल्याला कायबी कळत न्हाय बघा. तुम्हीच सांगा काय ते. जेवढं दिलं तेवढं कमीच हाय त्या पोरीसाठी. लयच देखणी हाय हो पाटील ती!" नाथाजीनं सारी जबाबदारी लखोबावर टाकली.

लखोबा पुढं म्हणाला, "कसंय पाटील, पोरगी जरा जास्तच भाव खायला लागलीय, असं मला वाटतंय."

"म्हणजी?"

"मी माझ्या मनाचं सांगत नाही पाटील. पोरीनं जसं सांगितलं, तसंच तुम्हाला सांगतोय. ती म्हणते, ती तुम्हाला जन्मभर साथ देणार आहे. तुमची सारी काळजी घेणार आहे. तसं तिनं स्वत:हून सांगितलंय."

"खरंच, ती तसं म्हणली?" नाथाजीनं लखोबाच्या डोळ्यांत डोळे घालून विचारलं.

"काय पाटील, मी काय खोटं अन् माझ्या मनाचं सांगतोय का?"

"मग तुम्हीच सांगा काय द्याचं त्ये." नाथाजी मोकळेपणानं बोलत होता.

"पोरगी म्हणते, ती शहरातच राहील. त्यासाठी तिला घर बघून द्यावं लागंल. घराचा सारा दैनंदिन खर्च द्यावा लागंल. तुमच्यासंगं आयुष्यभर राहण्याचा मोबदला अन् तिच्या भविष्यासाठी तिला पंधरा ते वीस लाख रुपये नगदी आणि पन्नासेक तोळं सोनं द्यावं लागेल."

लखोबाच्या तोंडचे ते आकडे ऐकून ऐटीत दारू पिणाऱ्या नाथाजी पाटलाला मोठा ठसका लागला. वरून तो सारखं दोनेक मिनिटं खोकत राहिला. जोराच्या खोकल्यामुळं त्याच्या डोळ्यांत पाणी आलं. काही क्षण तो गप्पच राहीला. त्याला काय बोलावं आणि काय नाही, तेच कळत नव्हतं.

पाटलाची अवस्था बघून न राहावल्यानं लखोबाच पाटलाला पुन्हा म्हणाला, "काय

पाटील, काय झालं? घाबरलात की काय? कसंय, असल्या रूपवान पोरींचा नाद करायचा म्हटल्यावर किंमत तर मोजावीच लागणार!"

"किंमत मोजायला कोण न्हाय म्हणतंय सावकार? पण थोडा तरी हिसाब पाहिजे की."

"मग, काय करावं म्हणता?"

"काय, तुमचं हे ऐकून माझी अक्कलच माती खायला लागली की सावकार. मला कायबी सुधरणा गेलंय बघा."

"पोरीनं जे सांगितलं, ते मी तुम्हाला सांगितलं. आता पुढचं तुम्हीच ठरवा काय करायचं ते."

"बरं, एवढं असतंय का?"

"मीपण तेच म्हणतोय, पाटील. तुम्हाला काय द्यावं वाटतंय?"

"म्या काय, लाख-दोन लाखांत भागवावं म्हणत हुतो. पुन्हा घराची भानगड हायच. म्या कुठलं देणार घर? घरातल्या सामानसुमानाचं काय तरी करता आलं असतं."

"नाथाजी पाटील, घराची चिंता करू नका. आपण बघितलेलं घर माझंच आहे. ते देईन मी तुम्हाला. त्याचं वर्षभराचं भाडं तेवढं ॲडव्हान्समध्ये तुम्हाला मला द्यावं लागंल."

"देईल देईल, ते देईल. पर बाकीचं कसं?" नाथाजी अर्धानिम्मा प्रस्ताव मान्य करून देण्या-घेण्यावरून अडला होता.

नाथाजीच्या मनाची घालमेल बघून लखोबा पुन्हा म्हणाला, "पोरीला समजावून सांगून मी सोन्याचाबी विषय सोडून द्यायला लावतो. पैशांची तेवढी सोय तुम्हाला करावी लागंल पाटील. दुसरी गोष्ट सांगतो, सारे पैसे पोरीला ॲडव्हान्समध्ये नगदीच देऊन टाकावं लागतील."

"व्हय बरं, तितकं पैकं आणायचं तरी कुठून? बरं, आणलं तरीबी एवढं असतं का सावकार? काय तरी दुरुस्तीचा मार्ग काढा की तुम्हीच." नाथाजी घायकुतीला येऊन म्हणाला.

"कसंय पाटील, आता माझीबी पंचाईत झालीय बघा. आता काय ते तुम्हीच सांगा किती द्यायचं ते आणि विषय संपवून टाका एकदाचा." लखोबा म्हणाला.

नाथाजी कोड्यात पडला. तोंड बारीक करून म्हणाला, "दहा देऊन टाकू अन् व्हऊ मोकळं."

"दहा काय?"

"दहा लाख रुपये..." नाथाजी खुलासा करत म्हणाला.

"एवढ्यात पोरगी तयार होईल, असं वाटत नाही पाटील."

"बघा बघा, कायी तरी करून. घरभाडं सोडून तुम्हालाबी पाच-पंचवीस हजारांची करतो मदत म्या. घ्ये म्हणावं तोंड गोड करून."

"पाटील, एवढ्यात नाही व्हायचं. असं करा, पंधरा लाखांची करा व्यवस्था. सांगतो मी समजावून तिला."

"न्हाय सावकार, जास्तीचे होत्यात."

"पाटील, असं करा. तुमचंबी राहू द्या अन् माझंबी सोडा. तेरा लाख देऊन व्हा मोकळं. नाहीतर द्या नाद सोडून. पुन्हा या विषयावर चर्चा नको." लखोबानं निर्वाणीचं सांगून टाकलं. पाटलाचाही नाइलाज झाला होता. लखोबानं सांगितलेल्या रकमेवर तो तयार झाला. बाकी इतर बाबींवरही बारीकसारीक चर्चा झाली. ऐन दिवाळीत शहरातल्या लखोबाच्या घरी नाथाजी आणि मीनलची जोड घालून द्यायचं ठरलं. त्याआधी देणं-घेणंही उरकून टाकायचं ठरलं. आनंदाच्या भरात लखोबा समोर मांडलेलं खात होता. नाथाजी फक्त पिऊनच बेजार झाला होता.

दसऱ्यापासून परतीचा पाऊस बरसायला सुरू झाला. दहा-बारा दिवस तो संततधार कोसळत होता. सगळीकडं नदीनाले तुडुंब भरून वाहत होते. धरणं-बंधारे काठोकाठ भरली होती. अनेक गावांचा संपर्क तुटला होता. शेतशिवारातली सारी कामं खोळंबली होती. बघता बघता दिवाळी दोन-तीन दिवसांवर आली. नाथाजीनं ठरल्याप्रमाणं साऱ्या पैशांची व्यवस्था केली. रोखीनं लखोबाच्या घराचं वर्षभराचं भाडं देऊन टाकलं. घरात लागणाऱ्या सामानसुमानची व्यवस्था केली. मीनलसाठी ठरलेली तेरा लाखांची रक्कमही नगदीनं लखोबासमक्ष मीनलकडं सुपूर्द केली. ठरल्याप्रमाणं मीनल ऐन दिवाळी पाडव्याच्या दिवशी सकाळीच शहरातल्या घरी नाथाजीसाठी कायमची येणार होती. तो आणि लखोबा तिची वाट पाहत होते. नाथाजी भेटीसाठी आतुर झाला होता. सकाळी येण्याचा वायदा केलेली मीनल सायंकाळी उशिरापर्यंतही आली नाही. मुळात, लखोबाच्या सांगण्यानुसार ती फार्महाऊसवरच थांबली होती. तिची वाट बघून नाथाजी बैचेन झाला होता. शिवाय थोडा नाराजही झाला होता. नाथाजी पाटलाची बैचेनी बघून लखोबा मनातल्या मनात हसत होता.

शेवटी लखोबा म्हणाला, "पाटील, कदाचित दिवाळी पाडव्याच्या सणामुळं तिला यायला जमलं नसावं. येईल उद्या. थोडीच यायची थांबणार आहे ती? असं करू, वाट बघून बघून माझाबी जीव लयी वैतागला आहे. आणखी थोडा वेळ वाट बघून नाक्यावरच्या बारवर जाऊन बसू. थोडी घेऊ, जेवणबी तिथंच करू. मग मी तुम्हाला पावसाचा अंदाज बघून गाडीवरून गावाकडं सोडून येतो. उद्याला या सकाळी तुम्ही एसटी बसनं."

"बरं बरं..." नाथाजी नाराजीच्या सुरातच पुटपुटला.

दोघंही निघाले. दसऱ्याच्या मुहूर्तावर नव्यानं उघडलेल्या एका बिअर बारवर पोचले. वाट बघून तिरसटलेला नाथाजी ग्लासामागून ग्लास भराभर रिचवत होता. लखोबा मात्र त्याच्या नाराजीचा आनंद लुटत होता. त्याचं खाणं सोडून फक्त पिण्यावरच ध्यान होतं. लखोबानं मात्र पोटभरून हादडलं होतं. रात्री बराच अंधार झाल्याचं पाहून लखोबानं झिंगलेल्या नाथाजीला गाडीवर बसवलं. गाडीवर बसलेल्या नाथाजीला थंडगार वाऱ्याच्या झुळकेनं दारू अधिकच चढत होती. तो मीनलच्या न येण्याबद्दल बडबडत होता. तासाभराच्या वेळानं बोडख्याच्या आधी लागणारी मोठी नदी दुथडी भरून वाहात होती. पाऊस मोठा पडून गेल्यानं नदीपात्रातल्या पाण्याला मोठा खळखळाट आणि ओढ होती. मागं-पुढं कुणी नसल्याचं बघून ऐन पुलावर लखोबानं राजदूत गाडी उभी केली. बडबडणाऱ्या नाथाजीच्या दोन-तीन थोबाडीत मारल्या. नाथाजी फक्त पाहत होता, त्याला काहीच कळत नव्हतं. काही कळण्या-बोलण्याच्या आधीच लखोबानं त्याला पुलावरून वाहत्या पाण्यात ढकलून दिलं. नाथाजीचा बेधुंद नशेतला देह भरधारेत पडल्यानं गटांगळ्या खात वाहात होता.

दुथडी वाहणारी मोठी नदी. रात्रीची वेळ. पुरता नशेत असलेला म्हातारा नाथाजी. त्या अवस्थेत तो जिवंत राहूच शकत नाही. त्याची खात्री लखोबाला होती. दोन-तीन मिनिटांचा वेळ थांबून लखोबा अगदी थंड डोक्यानं गाडीवरून शहराकडं फार्महाऊसवर पोचला होता. तीन-चार दिवसानंतर नदीच्या वाहत्या पाण्यात एका अनोळखी इसमाचा बुडून मृत्यू झाल्याची वृत्तपत्रांतली बातमी लखोबा चहा पीत पीत वाचत होता.

ग्रामपंचायतीचा कारभार चांगला चालला होता. नामधारी सरपंच शेवंता कारभारी उपसरपंच लखोबाच्या म्हणण्याप्रमाणं वागत होती. तिचंही आता पूर्वीपेक्षा बरं चाललं होतं. नव्यानं सुरू झालेली अंगणवाडी, त्यासाठी लागणारा शिधा, स्वस्त धान्य दुकानातला माल आणि शेतकऱ्यांना खतं वितरीत करण्याची जबाबदारीही ग्रामपंचायतीकडंच होती. त्यामुळं लखोबाला संसारात पदरमोड करून वेगळं काही खरेदी करायची गरजच पडायची नाही. उलटपक्षी, बराचसा माल काळ्या बाजारातही जायचा. त्यातून लखोबाचं उखळ कायम पांढरं व्हायचं! त्यामुळं ग्रामपंचायतीच्या कारभारातली त्याची गोडी अधिक वाढली होती.

सारं काही सुरळीत सुरू असतानाच जिल्हा परिषद आणि पंचायत समितीच्या निवडणुका जाहीर झाल्या. जावळी गावाचा समावेश असणाऱ्या पंचायत समितीचं सभापती पद खुल्या प्रवर्गासाठी सुटलं होतं. मंत्री महोदयांनी चांगला उभारीचा कार्यकर्ता म्हणून त्यांच्या पक्षातर्फे लखोबाला संबंधित गणातून उमेदवारी जाहीर केली. मनी-ध्यानी नसताना लखोबाला पंचायत समितीच्या माध्यमातून संपूर्ण तालुक्याचं प्रतिनिधित्व करण्याची संधी चालून आली होती. मंत्री महोदयांच्या सल्ल्यानं नियोजनबद्ध रीतीनं प्रचार करण्यात आला. तो निवडून येण्याचं खात्रीदायक चित्र तयार झालं; पण लखोबा पंचायत समितीला अगदी थोड्याशा मतानं पराभूत झाला. त्याची गावातली भाऊबंदकी त्याला नडली होती. शिवाय मागच्या खेपेला समिती सदस्य म्हणून निवडून आलेल्या उमेदवारास यावेळी उमेदवारी नाकारली होती. उमेदवारी नाकारलेला तो माजी सदस्य शेजारच्या गावचा होता. त्यामुळं तिथल्या गावकऱ्यांनीही लखोबाला मतं दिली नव्हती. त्याचाही फटका त्याला बसला. मोठा खर्च आणि चांगला प्रचार करूनही पराभव पदरी

आल्यानं लखोबाचा मात्र भ्रमनिरास झाला. तो अस्वस्थ झाला.

लखोबाचा पराभव मंत्री महोदयांच्याही पचनी पडला नाही. त्याची भरपाई म्हणून की काय नजीकच्या काळात त्याला गुत्तेदारीच्या कामात अधिक झुकतं माप देण्यात आलं होतं. त्याला बळ दिलं गेलं. त्यातून तो सावरत होता. संस्थेच्या कामातही मंत्री महोदयांची वाढीव मदत होत होती. परिणामी संस्थेतल्या शिक्षकांच्या बहुतांश पदांना पदमान्यता मिळाली. त्यामुळं लखोबाच्या शाळेला चांगले दिवस आले. त्यानं सून शांतालाही शाळेत कारकुनाची नियुक्ती दिली. पराभूत होऊनही लखोबाचं चोहोंबाजूंनी भरणपोषण सुरू होतं.

असं काही चांगलं सुरू असतानाच थोरला मुलगा प्रकाश राजकीय महत्त्वाकांक्षा बाळगून वागू लागला. चुलत्यासोबत शेतीत राबणं त्यानं सोडलं होतं. लग्न झाल्यापासून तो शेतावर मुक्कामाला जात नव्हता. लखोबाचा भाऊ दासराव एकटाच शेतावर राबायचा. तो थोरल्या भावाच्या चांगल्या धाकात होता. लग्नानंतर त्यालाही दोन मुलं झाली होती. तीही शाळेत शिकत होती. दासराव भावाच्या धाकात असला, तरी त्याची बायको मात्र दासरावाच्या एकट्यानं शेतावर राबण्याच्या त्रासाला वैतागली होती. ती वारंवार स्वतंत्र राहण्यासाठी दासरावाला फूस लावत होती. आई-वडील असेपर्यंत कुणालाही स्वतंत्र राहता येणार नसल्याचं लखोबानंही अनेकदा सुनावलं होतं. त्यामुळं सारे जण गपगुमान होते; परंतु प्रकाशच्या हुंदडत हिंडण्याच्या वाढत्या सवयीमुळं बऱ्याचदा घरात भांडणं व्हायची. लग्न झाल्यापासून प्रकाश पंख फुटल्यासारखं वागत असल्यानं लखोबाही पेचात पडलेला असायचा. तितक्यात प्रकाशनं राजकारणात पडू नये, अशी लखोबाची भूमिका होती. मात्र प्रकाश बापाला बधत नव्हता. त्यामुळं तो त्याच्यावर प्रसंगानुसार खेकसायचा.

एकदा सुगीच्या दिवसांत रानात खळं पडलेलं होतं. रातच्या राखणीला दासराव आणि म्हातारा नामा शेतावर होते. प्रकाश मात्र बायकोच्या बदग्यात पडलेला. नेमकं त्याच दिवशी लखोबाही गावातच मुक्कामी असलेला पाहून दासरावाच्या बायकोनं घरात आदळआपट सुरू केली. आदळआपटीची पार्श्वभूमी ओळखून भावजयीऐवजी लखोबा प्रकाशवर चांगलाच खेकसला.

"पक्या, पक्या, रानात खळं पडलेलं असताना तू घरी कसा रं?"

आतून ऊं नाही की सुं नाही. पोराकडून कुठलाच प्रतिसाद मिळत नसल्यानं लखोबाचा पारा पुन्हा चढला. पुन्हा तो प्रकाशच्या खोलीच्या दारापुढं जाऊन जोरजोरानं ओरडू लागला.

"पक्या, पक्या... ऐकू येत नाही का रं तुला?"

"काय झालं ओरडायला. झोपलेलं कळत नाही का?" प्रकाशही गुर्मीत म्हणाला.

"भाडखाऊ, रानात खळं पडलंय. म्हातारं अन् दासू दोघंच थंडीत काकडत पडल्यात. तू मात्र चांगलाच बायकूच्या बदग्यात गरमीला झोपलास. मी जगावेगळी तुलाच बायको करून दिली का रं? तुला दररोज कशाला लागती रं बायको, भोसडीच्या?" लखोबानं चांगलंच धारेवर धरलं होतं. वरून बायकोसोबत झोपण्याचा विषय काढल्यानं प्रकाशही खोलीतून धावतच बाहेर आला आणि म्हणाला, "मीच का गुत्तं घेतलंय का शेतावर जायचं? अन् राह्यला प्रश्न बायकोसोबत झोपण्याचा, तर तुला म्हातारपणातसुद्धा दोन-दोन बायका लागत्यात झोपायला अन् माझ्या झोपण्याची तुला का अडचण व्हावी? काहीही बोलायला तू बाप आहेस की वैरी?"

पक्यानं बापाचा चांगलाच उद्धार केला; शिवाय तो बापाशी अरे-तुरेवर एकेरी बोलत होता. बापलेकांचं टोकाचं बोलणं ऐकून घरातली सारीच मंडळी अंगणात जमली. पोराचं उद्धट आणि तिखट बोलणं लखोबाच्या भलतंच जिव्हारी लागलं होतं. घराचे वासे फिरल्याची जाणीव त्याला होत होती. परिस्थिती हाताबाहेर जाऊ नये म्हणून तो बाहेर येऊन अंगणातल्या बाजंवर डोक्याला हात लावून बसून राहिला. काय बोलावं आणि काय करावं, हेच त्याला कळत नव्हतं. सासरा आणि नवऱ्याचं झालेलं कडाक्याचं भांडण बघून नव्यानं नवरी होऊन आलेली शांता तर पुरती घाबरून गेली होती. पोरगं चांगल्या वळणाला लागंल म्हणून त्याचं लग्न लावून दिलं होतं. उलट ते लग्नापासून अधिकचं बिघडत चाललं होतं. प्रकाशच्या वागण्यामुळं लखोबा चांगलाच काळजीत पडला होता.

लखोबाचा धाकटा मुलगा चंद्रकांत शाळेत शिकत होता. मात्र त्याचंही लक्ष फारसं शिक्षणात नव्हतं. तो शाळेत शिकतोय, एवढंच सांगायला पुरेसं होतं. दोनेक वर्षांनी लखोबाची मधवी मुलगी हेमा विज्ञान शाखेतून पदवीधर झाली. ती बापाची लाडकी होती. तिच्यावर लखोबाचा मोठा जीव होता. शिक्षणसंस्था, शिक्षक आणि प्राध्यापक वर्गाला मोठी प्रतिष्ठा असल्यानं त्या काळात प्रत्येक जण डीएड-बीएडसाठी तळमळत असे. हेमाची तर फारशी अडचणच नव्हती. पदवीनंतर बीएडचं शिक्षण पूर्ण होताच बापाच्या संस्थेत शिक्षिकेची नोकरी पक्की ठरलेली. आपल्या पोरीनंही बीएड करावं, अशीच लखोबाचीही अपेक्षा होती. अपेक्षेप्रमाणं तसंच झालं. काहीशा प्रयत्नानंतर हेमाचा नागपूरच्या एका अध्यापक महाविद्यालयात प्रवेश नक्की झाला. तिथं बीएडच्या शिक्षणाबरोबरच आयुष्यातल्या इतर शिक्षणांचेही धडे ती गिरवू लागली.

हेमा दिसायला अत्यंत सुंदर. आरसपाणी गोरा रंग, मृगनयनी. उंच, नाजूक आणि तितकाच तिचा सिंहकटी सुडौल बांधा, आम्रफळासारखी उन्नत तिची वक्षस्थळं, तिच्या

सौंदर्यात अधिकची भर घालावेत असेच! जणू काही तिची काया वेलचीच्या फुलासारखी आखीव-रेखीव. विधात्यानं पुरेसा वेळ देऊन घडवलेलं शिल्पच ते! तारुण्याच्या भरात अधिक उठवळ दिसणारं हेमाचं सौंदर्य मल्हार वसंतराव देशमुख या तिच्या वर्गमित्राच्या अगदी सहज नजरेत भरलं आणि एका नव्या अध्यायाला सुरुवात झाली.

मल्हार आणि हेमाची ओळख अगदी पहिल्याच भेटीत झाली. मल्हारही हेमाच्याच गावाकडच्या परिसरातला; शिवाय दोघंही एकाच वर्गात असल्यानं दोघांची ओळख व्हायला फारसा वेळ लागला नाही. गावाकडचे दोन तरुण दूरच्या अनोळखी शहरात एकत्र आल्यानं जवळीक निर्माण होणंही स्वभाविक होतं. ओळख, मैत्री आणि त्यातून प्रेमसंबंध जुळायला फारसा काळ लागला नाही. मल्हार देशमुख हा जावळीपासून सात-आठ मैलांवर असलेल्या धनगरवाडीचा धनगर कुटुंबातला. पदरी वाड-वडिलांची बऱ्यापैकी शेतीबाडी असलेला चांगला देखणा तरुण. तो चाणाक्ष बुद्धीचा, गोरा-गोमटा आणि भारदार-पीळदार शरीरयष्टीचा होता. तोही हेमाच्या मनात तत्काळ भरला. हेमा आणि मल्हार जातीनं वेगळे असले, तरी जातीपातीच्या उतरंडीत ते दोघंही सामाजिकदृष्ट्या मध्यम स्तरातले होते. भविष्यातल्या चांगल्या-वाईट अशा दोन्ही परिणामांच्या विचारांती त्यांनी आपले प्रेमसंबंध सुरू ठेवले. त्यांच्या संबंधाला अगदी बहरच आला होता.

हेमा आणि मल्हार दोघंही नागपुरात राहत होते. ते त्यांच्या घरापासून दूर होते. त्यामुळं दोघांवरही कुणाचं नियंत्रण असण्याचं कारण नव्हतं. पंख फुटलेले दोन तरुण जीव मुक्तपणे वावरत होते. दोघांनाही एकमेकांची गोडी लागली होती. प्रेमरोगानं ते पछाडले होते. महाविद्यालयाच्या परिसरासह रस्ते, मंदिरं, बागा, जंगलं आणि डोंगर-टेकड्यांही त्यांना फिरायला पुरत नव्हत्या. लग्नानंतरच्या सहजीवनाचे सारे सोपस्कार त्यांनी लग्नाआधीच उरकून टाकले होते. कसंबसं मल्हार आणि हेमाचं शैक्षणिक वर्ष संपलं. त्यांच्या दृष्टीनं ते लवकर संपलं. कारण प्रेमबहरात रंगलेल्या दोघांनाही बीएडचं वर्ष इतक्या लवकर संपूच नये, असं वाटत होतं. विरह काळात जायची त्यांची इच्छा नव्हती.

ठरल्याप्रमाणं दोनेक महिन्यांच्या कालावधीनंतर बीएड परीक्षेचा निकाल लागला. हेमाचा विज्ञान तर मल्हारचा इंग्रजी विषय होता. दोघंही विषेश प्राविण्यान्यासह उतीर्ण झाले होते. दरम्यानच्या काळात ते वेगवेगळ्या निमित्तानं एकमेकांना भेटतही होते. कुठल्याही परिस्थितीत दोघांची ताटातूट होणार नसल्याच्या आणाभाका ते करत होते. शेवटी योगसंयोगानं दोघांनाही एकत्र येण्याची संधी मिळाली. जून महिन्याच्या दुसऱ्या आठवड्यात इतर विषयांच्या शिक्षकांसह विज्ञान आणि इंग्रजी विषयांच्या शिक्षक पदाची लखोबाच्याच संस्थेची जाहिरात प्रसिद्ध झाली. त्यात विज्ञान विषयाची जागा

तर हेमासाठीच लखोबानं राखीव ठेवली होती. हेमाची नोकरी नक्की ठरलेली होती. दुसऱ्या बाजूला लखोबाच्या संस्थेत इंग्रजी विषयासाठी अनेक वर्षांपासून शिक्षकच मिळत नव्हता. मिळाला तरी तो टिकत नव्हता. इंग्रजी भाषेच्या शिक्षकांची वानवाच असायची. शिवाय लखोबाही डोनेशनसाठी आसुसलेलाच असायचा. अनेक कारणांनी तिथं ती जागा रिक्तच होती. त्यामुळं पुन्हा इंग्रजी विषय शिक्षकाची जाहिरात आल्यानं मल्हारनंही अर्ज भरला. मुलाखतीच्या आधीच लखोबानं अनेक विषय शिक्षकांचे देण्या-घेण्याचे व्यवहार ठरवलेले होते. इतिहास-भूगोलसारख्या सर्वसाधारण विषय शिक्षकांचे डोनेशनचे भाव तर डोळे पांढरे करणारे होते. ते पाच-सहा लाख रुपयांच्या घरात असायचे. इंग्रजी विषय शिक्षकाची वानवा असल्यानं त्याचा भाव थोडासा कमी असायचा. मुलाखतीच्या आधीच हेमानं इंग्रजीसाठी मल्हारची नेमणूक करावी, असा लकडा वडिलांकडं लावला होता. तिनं मल्हार आणि लखोबाची प्रत्यक्ष भेटही घडवून आणली. मल्हार हा इंग्रजीत अत्यंत हुशार असल्याची शिफारसही तिनं वडिलांकडं केली होती. काही दिवसांतच देण्या-घेण्याचा व्यवहार ठरवण्यासाठी मल्हारसोबत त्याचे वडील वसंतराव देशमुखही लखोबाच्या घरी आले. चहापानानंतर देण्या-घेण्याविषयी बोलणं सुरू झालं.

वसंतराव लखोबाला म्हणाले, "कसंय गुरुजी, पोरगं हुशार आहे म्हणून शिकलं बघा. न्हायतर थोरलं पोरगं शिक्षणात डोस्क्यानं जरा कमी असल्यानं ते सालगड्यांसोबत शेतातच राबतंय. ह्येचं एकदा नोकरीचं झालं म्हणजी माझ्या जिवाला समाधान मिळंल."

"होईल होईल. चिंता कशाला करता पाव्हणं?" लखोबानं वसंतरावांना धीर दिला.

"तुम्ही आधार द्यावा म्हणूनच मुलाखतीच्या आधी आलो बघा तुमच्याकडं भेटायला."

लखोबा आणि वसंतरावांचा संवाद सुरू होता. हेमा बैठकीच्या दाराआड उभी राहून सारं ऐकत होती. मल्हार मात्र मान खाली घालून बसला होता. अधूनमधून तो दाराआड उभ्या असलेल्या हेमाकडं पाहत होता. दोघांची प्रसंगानुसार डोळ्यांनी खुणवाखूणव सुरू असायची.

पुन्हा वसंतराव म्हणाले, "बराय मग, काय द्यायचं-घ्यायचं सांगा. म्हणजी तुम्हीबी मोकळं अन् आम्हीबी."

"कसंय पाव्हणं, आजच्या काळात शिक्षणसंस्था चालवणं भलतंच अवघड होऊन बसलंय बघा. प्रत्येक गोष्टीला पैसा लागतोय. डोनेशन घेण्यावरून बदनाम मात्र आम्ही संस्थाचालकच होतोय." लखोबानं लांबण लावून बोलायला सुरुवात केली.

"ते मलाबी माहीत हाय. म्हणूनच मी काय ते सरळ सांगा म्हणतोय गुरुजी. त्यात बदनामी कसली? सांगायला संकोच करू नका. फकस्त माझ्यासारख्या शेतकरी

माणसाला झेपल अस्सं हिसाबानं सांगा, म्हणजी झालं!" वसंतरावांनी थेट मुद्द्यालाच हात घातला.

"होय, होय. माझी मुलगी हेमानं सांगितलंय मला तुमचा मुलगा हुशार असल्याचं. शेवटी तुमच्या आधी तिनंच तुमच्या मुलाची शिफारस केलीय. त्यामुळं अधिकचं काही सांगणार नाही."

"मग काय सांगताय?"

"असं करा, दुसऱ्यांकडून सहा सहा घेतलेत. तुम्ही पाच देऊन मोकळं व्हा. सहा महिन्यांत अप्रुव्हल आणून पूर्ण पगार सुरू करतो."

"जरा जास्तीचे वाटत्यात. नीट सुधरून सांगा." वसंतरावांनी तडजोडीची विनंती केली.

शेवटी वसंतराव आणि मल्हारच्या विनंतीनुसार आणि हेमाच्या हस्तक्षेपातून तीन लाख रुपये डोनेशन देण्याचं ठरलं. मात्र लखोबा डोनेशनचे सारे पैसे नेमणुकीच्या आधी देण्यावर, तर वसंतराव दीपावलीला देण्याच्या वायद्यावर अडून बसले. शेवटी महिनाभरात ठरलेला व्यवहार पूर्ण करण्याचं हेमाच्या खुणवाखुणवीतून मल्हारनं मध्येच सांगून टाकलं. मल्हारनं महिनाभरात सारे पैसे देण्याचं सांगून टाकल्यानं वसंतराव मात्र भांबावून गेले. पोरगं काय बोलतंय आणि कशाच्या जोरावर बोलतंय हे त्यांना अजिबात कळत नव्हतं. तसा मल्हारही पेचातच पडलेला; पण हेमानं कबूल करण्यास खुणवल्यानं तो महिनाभरात पैसे देण्याचं कबूल करून बसला होता.

चार-दोन दिवसांनी मुख्याध्यापक आणि संस्थाचालक लखोबाच्या उपस्थितीत शिक्षक भरतीच्या मुलाखतीचे सारे सोपस्कार पूर्ण झाले. आधीच ठरल्याप्रमाणं पाच-सहा शिक्षकांची निवड करण्यात आली. हेमा आणि मल्हारचीही निवड झाली. ज्यांचे डोनेशनचे पैसे मिळाले, त्यांना तत्काळ नेमणुकीचे लेखी आदेश देण्यात आले. मल्हारला मात्र केवळ तोंडी आदेशान्वये सेवेत रुजू करून घेण्यात आलं. कारण अजून त्याचे पैसे लखोबाला मिळाले नव्हते. त्याला लेखी आदेश नसल्यानं तो थोडासा अस्वस्थ दिसत होता. घरूनही तत्काळ तीन लाख रुपयांची व्यवस्था होणं शक्य नव्हतं. फारसे प्रयत्न करूनही पाच-पन्नास हजारांपेक्षा अधिकचे पैसे जमा करणं शक्य नव्हतं. तो तर हेमाच्या इशाऱ्यावरून महिनाभरात पैसे देण्याचं कबूल करून बसला होता. त्याची चिंता हेमाही ओळखून होती.

एके दिवशी दुपारच्या सुट्टीत हेमा आणि मल्हार एकत्र जेवणासाठी बसले. त्या वेळी मल्हारनं त्याच्या मनातली घालमेल हेमाला बोलून दाखवली.

त्यावर हेमा म्हणाली, "अरे, काळजी कशाला करतोस?"

"काळजी नाही तर काय करू? हाताशी काहीही नसताना तुझ्या बाबाला मी

कमिटमेंट देऊन बसलोय." मल्हारचा काळजीचा सूर ऐकून हेमा त्याच्यावर फिदिफिदि हसत म्हणाली, "अरे बाबा, तू थोडीच तुझ्या मनानं कमिटमेंट दिली आहेस. मी इशारा केला म्हणूनच तू तसं बोललास ना? मग पैशांची काळजी तू एकट्याने नाही करायची. आपण दोघांनीही करायची. तुझ्याकडं किंवा तुझ्या वडिलांकडं पैशांची व्यवस्था इतक्यात होणार नाही, याची कल्पना होती मला."

हेमाच्या बोलण्यानं मल्हार अधिकचा गोंधळून म्हणाला, "हो. पण..."

"पणबिन काही नको. आता आधी निवांतपणे जेवण कर. पैशांची व्यवस्था कशी करायची ते मी सांगते तुला."

त्यावर मल्हार हेमाच्या तोंडाकडं शून्यात नजर लावून बघत बसला. त्याला हेमाच्या बोलण्यातलं काहीच कळत नव्हतं. कसं तरी दोघांनी जेवण उरकलं. जेवणानंतर ते दोघंच शाळेमागच्या झाडाखाली जाऊन बसले. मल्हार चिंतेतच होता.

हेमा पुन्हा हसून म्हणाली, "उद्या तुझा काय प्रोग्रॅम?"

"म्हणजे? उद्या शनिवार. हाफ डे आहे. ठरल्याप्रमाणं शाळेत येणार. दिलेले तास घेणार आणि दुपारनंतर गावाकडं जाणार. त्यापेक्षा वेगळं काय नियोजन असणारं माझं?" मल्हारनं एका दमात खुलासा केला.

हेमा थोडा वेळ शांतच राहिली आणि म्हणाली, "मी सांगते तसं करू शकतोस काय?"

हेमाच्या प्रश्नावर मल्हार थोडासा गोंधळला. त्याला वाटलं की आणखीन ही बया कुठं फिरायला जायचा बेत सांगते की काय. हेमाच्या प्रश्नाला उत्तर म्हणून त्यानंच प्रतिप्रश्न केला.

"का?"

"एक काम करं. उद्या येताना तुझ्या एखाद्या मित्राची मोटारसायकल घेऊन ये."

"का, कुठं फिरायला जायचंय का?" मल्हारनं विचारलं.

"जास्तीच्या चौकशा करू नको. सांगते तेवढं कर..."

मल्हारनं मान हलवून होकार भरला. हेमानं मल्हारजवळ कुठलाच पत्ता उघडा केला नव्हता.

लखोबा आदल्या दिवशीच मुंबईला गेला होता. चुलता दासराव आणि आज्या नामा शेतावरच मुक्कामी असायचे. थोरला भाऊ प्रकाशनं शहरालगत नुकतंच बिअर बारचं हॉटेल टाकल्यानं तो त्यातच व्यस्त होता. धाकटा भाऊ चंद्रकांतला क्रिकेट खेळण्याचा मोठा नाद जडला होता. गावातल्या पोरांसोबत तो तिकडंच धुंदीत राहत असे. बीएडची परीक्षा देऊन आल्यापासून हेमा घरातच वावरत असल्यानं घरातल्या साऱ्या खाणाखुणा तिला माहीत होत्या. शेवटी तीही बापासारखीच चतुर होती.

दुसऱ्या दिवशी हेमाच्या सांगण्यानुसार मल्हार मित्राची मोटारसायकल घेऊन शाळेत आला. शनिवारची शाळा दुपारी एक वाजता सुटायची. हेमा आणि मल्हार शाळा सुटण्याच्या एक-दीड तास आधीच त्यांच्या तासिका घेऊन मोकळे झाले होते. भूक लागल्याचा बहाणा करून हेमानं मल्हारला मोटारसायकलवरून गावातल्या घरी सोडण्याच्या बहाण्यानं बाहेर काढलं. संस्थाचालकाची मुलगी असल्यानं तिला कुणी काही विचारण्याचा प्रश्नच नव्हता.

दोघंही गावातल्या घरी पोचले. घरी पारूशिवाय दुसरं-तिसरं कळतं कुणीही नव्हतं. म्हातारी जना आजी दारात ओट्यावर बसलेली असायची. प्रकाशची बायको शांता शाळेतच कारकुनी कामात अडकून बसली होती. चुलती शेतावर चुलत्याच्या आणि आज्याच्या भाकरी घेऊन गेली होती.

मोटारसायकलवरून उतरून हेमा घरात आली. लागलीच ती लाडात येऊन आईच्या गळ्यात पडली आणि म्हणाली, "आई, आज मला फारच भूक लागलीय गं. अन् मल्हार सरही आलेत बघ मला सोडायला. त्यांच्यासाठीही काहीतरी नाष्ट्यासाठी बनवलंस तर बरं होईल बाई."

"बरं बरं. नाष्टा कशाला, दोघंही थोडंसं जेवणच करून घ्या." असं म्हणत पारू स्वयंपाकघरात शिरली.

तितक्यात हेमानं वडिलांच्या खोलीतल्या कपाटातून एक भली मोठी पिशवी काढली. ती दारापुढं उभा केलेल्या मल्हारच्या मोटारसायकलला नेऊन गुपचूप अडकवली. स्वयंपाक नुकताच बनवलेला असल्यानं पारूनंही दोघांसाठी ताटं मांडली. दोघंही घाईत जेवण करून मोकळे झाले आणि शाळेत पर्स विसरल्याचा बहाना करून हेमा पुन्हा मल्हारसोबत मोटारसायकलवरून शाळेकडं रिकाम्या हातानं निघून गेली.

मोटारसायकलवर हेमा मल्हारशी अगदी बिलगून बसली होती. ती त्याला म्हणाली, "मल्हार, मोटारसायकलला मी लावलेली बॅग पैशांची आहे. त्यात पाच लाख रुपये आहेत. तो माझ्याकडून हुंडाच मिळाला समज. ते कुणालाही कळता कामा नये. त्यातले दोनेक लाख रुपये नोटांची बंडलं फोडून ती नव्यानं वेगवेगळी बांधून बाबाला सांगितलेल्या वायद्यानंतर आठ-दहा दिवसांनी दे. नाहीतर त्यांना उगीच संशय यायला नको. सोयऱ्या धायऱ्यांकडून उसने मागून आणल्याचं सांग. अन् उरलेले पैसे नीट सांभाळून ठेव. त्याचं काय करायचं ते मी तुला नंतर सवडीनं सांगते. आता तू मला शाळेत न सोडता शाळेपासून थोडं लांबच रोडवर सोडून सांभाळून घरी जा. पिशवीतल्या पैशांबद्दल कुणालाही काहीही सांगू नकोस. माझं नाव तर कुठल्याच अटीवर बाहेर यायला नको, नाहीतर आपल्या दोघांचीही काहीही बरीगत नाही. हे पक्कं ध्यानात ठेव."

घामाघूम झालेला मल्हार हेमाचं बोलणं नुसतंच मान हलवून ऐकत होता.

मोटारसायकलवरून उतरून शाळेत परत आलेली हेमा थेट मुख्याध्यापकाच्या कार्यालयात गेली. तिथं त्यांच्याशी जुजबी गप्पागोष्टी करून शेजारच्या खोलीत शिरली. तिथं भावजयी शांता शाळेतल्या नव्या विद्यार्थी प्रवेशाची कागदपत्रं नीटनेटकी करून कपाटात ठेवत होती. तिच्याजवळ ठेवलेली पर्स घेऊन हेमा भावजयीसोबत शाळा सुटल्यानंतर घरी परत पोचली.

चार-पाच दिवसांनी लखोबा गावात प्रकटला. शाळेकडून तो थेट घरीच आला होता. गावात प्रकाशच्या बिअर बारची मोठी चर्चा होती. त्यानं तो धंदा स्वत:च्या हिमतीवर उभा केला होता. त्यामुळं त्याचं विशेष कौतुक होणं स्वाभाविकच होतं. लोकांकडून होणारं कौतुक ऐकून लखोबालाही मनातून समाधान वाटायचं. सायंकाळी घरात चहापानानंतर लखोबानं त्याच्या खोलीतलं कपाट उघडून पाहिलं, तर दोन-तीन पिशव्यांपैकी एक पिशवी गायब असल्यानं त्याचा थयथयाट सुरू झाला. लखोबाचा थयथयाट उडाल्याचं बघून पारूची धांदल उडाली. घाबरलेल्या पारूला काहीच सुचत नव्हतं; परंतु पारूच्या निरागस स्वभावाची कल्पना लखोबाला असल्यानं त्यानं पारूला शांत करत प्रकाशच्या नावानं दात खायला सुरुवात केली. घरात असलेल्या हेमानं मात्र बापाचा संशय थोरला भाऊ प्रकाशवर गेल्यानं थोडा मोकळा श्वास घेतला. पैशाची पिशवी गायब झाल्याचा आरोप प्रकाशवर गेल्यानं त्याची बायको शांता मात्र चांगलीच धास्तावली. कारण आधीच दोघा बाप-लेकांचं सूत जुळून येत नव्हतं. त्यात पुन्हा पैशाच्या पिशवीचं भूत प्रकाशच्या वाट्याला आल्यानं त्याची पंचाईत अधिक वाढणार होती.

लखोबा चांगलाच चिंताग्रस्त झालेला पाहून हळूच हेमा म्हणाली, “बाबा, कशाचे पैसे होते ते?”

“अग पोरी, पाच-सहा दिवसांपूर्वीच मराठी विषयाच्या मास्तरानं डोनेशन आणून दिलं होतं. चांगले पाच लाख रुपये होते त्यात.”

“नीट आठवून बघा. तुम्हीच कुणाला तरी देऊन बसला असाल. प्रकाशदादा कशाला घेईल, तुम्हाला न विचारता?”

“तसं नाही. त्या पक्याचे काय उद्योग सुरू आहेत, ते तुला नाही माहीत. त्याच्याशिवाय असलं काम कुणी नाही करणार हेमा.”

“नाही बाबा. तसा तुमचा संशय असंल; पण केवळ संशयाच्या आधारे आपल्याच लेकरावर असा आरोप करणं योग्य नाही. तुम्ही दादाला काही म्हणूही नका. समजा, त्यानं ते खरोखर घेतलेच नसतील आणि तुम्ही त्याच्यावर तसे आरोप केले, तर त्याच्या

मनाला किती वाईट वाटंल, याची कल्पना आहे तुम्हाला? तुम्ही तसे आरोप केले, तर त्यातून साध्यही काहीच होणार नाही. उलट घरात नको तितका तमाशा होईल.”

हेमाच्या साळसूदपणाच्या बोलण्यातून लखोबा थोडासा शांत झाला. पारूलाही हेमाचं बोलणं पटलं. प्रकाशच्या बायकोच्या मनात तर हेमाविषयी अधिकची आपुलकी वाढली गेली.

शेवटी हेमानं डोनेशनच्या पैशाची झालेली चोरी गावाला कळाली, तर त्यात आपलीच बदनामी होईल. स्वतःच्या पोरानं पैसे चोरल्याची बातमी पसरली, तर प्रकाश दादाला तर लोकं नावं ठेवतीलच ठेवतील; शिवाय त्यात तुमचीही बदनामी अधिक होईल. त्यामुळं या विषयाची कुठंही वाच्यता व्हायला नको. हा विषय चार भिंतीच्या आतच संपला पाहिजे. फार तर याबाबतची आपण बारकाईनं गुपचूप चौकशी करू. भविष्यात असे प्रकार पुन्हा घडणार नाहीत, याची काळजी घेऊ; पण यामुळं आपल्या घराची बदनामी होणार नाही. याची दक्षता सर्वांनी घेतली पाहिजे. हेमानं साऱ्या गोष्टी पटवून सांगितल्यानं त्यावर तेवढ्यापुरता तरी पडदा पडला; पण लखोबाच्या मनातली आग काही विझली नव्हती. त्याच्या मनात प्रकाशबद्दलचा राग धगधगतच होता. हेमा मात्र चोरावर मोर झाली होती.

लखोबा साऱ्यांदेखत काहीही घडलेलं नसल्याच्या आविर्भावात वावरत होता. तरी कितीही प्रयत्न करूनसुद्धा त्याच्या चेहऱ्यावरचं, चोरीला गेलेल्या पैशांचं दुःख लपून राहत नव्हतं. स्वतःच्या घरातून पैशांची चोरी झाल्याचं दुःख त्याला अधिक होतं. तो स्वतःच्या मनाला खात होता. मनातल्या मनात चरफडत होता, तळमळत होता.

पैसे चोरीला गेल्याची घटना लखोबाच्या जिव्हारी लागली होती. त्यामुळं रागा-वैतागानं त्यानं अनेक दिवस गावातल्या घराचंच काय, तर गावचंही तोंड पाहिलं नाही. तो शहरात मीनलकडं फार्महाऊसवर जाऊन राहत होता. तिकडं पैशाच्या चोरीचं प्रकरण शांत झाल्यानं हेमा निर्धास्त झाली होती, तर मल्हारही फुकाचा पैसा हाताशी आल्यानं चिंतामुक्त झाला होता. हेमा सांगंल तसं तो वागत होता. मल्हार आणि हेमा शाळा परिसरात लग्नाआधीच अगदी नवरा-बायकोसारखं वागत होते. दोघांच्या वागण्यातला अधिकचा मोकळेपणा पाहवत नसल्यानं शांता भावजयीच्या नात्यानं काळजीपोटी म्हणाली, “वहिनी, जरा जपून. मल्हार सरांशी तुम्ही जरा जास्तच जवळीक करताय. घरी कळालं तर नको तो तमाशा होईल.”

शांताचे ते बोल बोलून पुरे होतात न् होतात तोच नणंद असलेली हेमा आकाशातून वीज कडकडावी तशी शांतावर कोसळत म्हणाली, “अग ए.. ए सटवे, कुणाशी बोलते ग तू? तू तुझ्या पायरीनं राहायचं बघ. आमच्या भानगडीत पडशील, तर गाठ माझ्याशी आहे. जर आमची गोष्ट घरी समजली, तर तू कुणाकुणाशी गुलुगुलु करतीस ते मी

दादाला सांगून तुझं थोबाडच फोडायला लावीन."

हेमाचा रुद्रावतार बघून स्वभावानं गरीब असणारी शांता घामानं चांगलीच दरदरली. काही नाही सांगणार म्हणाली. कारण प्रकाश भलताच तापट स्वभावाचा असल्याचं ती जाणून होती.

रडत रडत डोळे चोळत शांता म्हणाली, "वहिनी मी कुणाला काहीच नाही सांगणार. मी फक्त काळजीपोटी बोलून गेले. तुम्हाला एवढं वाईट वाटंल याची कल्पना नव्हती मला; पण काय हो, मी कधी कुणाशी काय बोलते? ते तरी सांगा. म्हणजी मला तरी स्वत:ला काळजी घेता येईल."

"तू कुणाशी बोलत नसशील तरी तू बोलतेस, असं मी सांगेन. मुख्याध्यापकाशी बोलतेस असं खोटंसुद्धा सांगेन. तू माझा नाद करायचा नाहीस."

"नाही करणार, तुमच्या कोणत्याच विषयात कधीच नाही पडायची मी."

"हं... गप्पगुमान राहायचं." असं पुन्हा हेमानं दम भरला.

"अन् पुन्हा सांगते, तुला दररोज शाळेत यायची गरज नाही. नाही आलीस तर तुला कुणी फासावर देणार नाही. संस्था आपलीच आहे. तुझा महिन्याचा पगार नियमितपणे काढायची जबाबदारी माझी. गरज असंल तरच यायचं. तू शाळेत दररोज आल्यावर घरी आईला घरकामात मदत कोण करणार? शाळेत कारकुनाला दररोज थोडीच कामं असतात?" हेमानं शांताला दमानं आणि तितक्याचं धीरानंही बजावलं.

शांताही खाली मान घालून फक्त 'हूं.. हूं..' करत होती. शाळेतसुद्धा ती घरंदाज सासरवाशिणीची भूमिका साकारत होती.

असा तसा चार-दोन महिन्यांचा काळ उलटून गेला. अगदी दिवाळीपूर्वी लखोबानं साऱ्या मास्तरांच्या वैयक्तिक पद मान्यता आणल्या. साऱ्यांचे पगार सुरू झाले. फरकाची रक्कमसुद्धा मिळाली होती. तसं लखोबानं ठरलेले डोनेशनचे पैसे साऱ्या मास्तरांना पायावर उभं करून वसूल केले होते. त्यानंतरच त्यांच्या पगारपाण्याची प्रक्रिया सुरू केली होती. सर्व शालेय कर्मचाऱ्यांची दिवाळी पहिल्यादांच आनंदात साजरी झाली. तसं हेमा शाळेत रुजू झाल्यापासून लखोबानं शाळेकडं सारखं सारखं येणं बरंचसं कमीच केलं होतं. त्यामुळं बरेच जण निर्धास्तपणे वावरायचे.

दिवाळीच्या सुट्ट्या संपून शाळा सुरू झाल्या. हेमा आणि मल्हारचे चाळे सुरूच असायचे. त्याकडं अनेक जण बघूनही न बघितल्यासारखं करायचे. अलीकडं कधी तरी शाळेत येणारी शांता त्यांच्याकडं ढुंकूनही पाहायची नाही. प्रत्येक जण कामाशी आणि मिळणाऱ्या दामाशी मतलब ठेवत होता. सर्व जण आपापल्या कामात असायचे. एप्रिल महिन्याच्या पहिल्याच आठवड्यात शाळेला उन्हाळी सुट्ट्या लागल्या अन्

हेमा आणि मल्हार एके दिवशी अचानक भूर्रर झाले. सुट्ट्या असल्यानं त्याची फारशी काही चर्चा झाली नाही. मात्र लखोबाच्या घरी हेमाच्या अचानक गायब होण्यानं मोठी धावपळ उडाली. शोधाशोध करूनही तिचा पत्ता लागत नव्हता. वयात आलेली पोर गायब झाल्यानं लखोबा आणि पारूची गाळण होणं स्वाभाविक होतं. पारूची रडारड सुरू झाल्यानं हेमाच्या शोधकार्यात प्रकाशही सहभागी झाला. हेमा आणि मल्हारच्या जवळिकीची भनक त्याला पूर्वीच लागली होती. शाळेच्या कामात हस्तक्षेप नको म्हणून त्यानं शाळेपासून स्वत:ला जाणीवपूर्वक दूरच ठेवलं होतं. हळूहळू गावात लखोबाची पोरगी मास्तरसोबत पळून गेल्याची कुजबुज सुरू झाली. जसजसे दिवस जातील तसतसं गावात तोंड दाखवणं लखोबा आणि प्रकाशला अवघड होऊन बसलं. एके दिवशी सकाळीच प्रकाश आपल्या नव्या जीपगाडीतून धनगरवाडीत थेट वसंतराव देशमुखांच्या घरी दाखल झाला. त्यानं तिथं मल्हारची चौकशी केली. मल्हार शाळेच्या कामाचं निमित्त सांगून जावळीलाच असल्याचं सांगितलं गेलं, तेव्हा मात्र प्रकाशला खात्रीलायकरीत्या कळून चुकलं, की हेमा आणि मल्हारनं धूम ठोकली! तिथंच प्रकाश वसंतरावांना दम भरत रागानं म्हणाला, "पाव्हणं, तुमचं पोरगं तुमच्या अंकित नाही का?"

"का.. का... काय झालं?" वसंतराव काळजीच्या सुरात म्हणाले.

"काय झालं म्हणून काय विचारता? तुम्हाला सारंच माहीत असलं पाहिजे."

"न्हाय हो साहेब, आम्हांस्नी कायबी माहीत न्हाय." वसंतराव घाबरून म्हणाले.

"माहीत कसं काय नाही. तुमच्या पोरानं झक मारलीय. त्यानं आमची हेमा पळवून नेली." प्रकाशनं वाचा फोडली.

"तसं न्हाय हो व्हायाचं." असं म्हणून वसंतराव भोवळ येऊन जमिनीवरच कोसळले. तिथं मल्हारच्या घरातली सारी मंडळी हजर होती. तो सारा प्रकार ऐकून सारेच अचंबित झाले. वसंतराव खाली कोसळलेले असतानाही प्रकाशचा राग काही कमी झाला नव्हता. तो सारखा फणफणून शिव्या देत होता. 'चार दिवसांत मल्हारनं हेमाला घरी आणून नाही सोडली, तर कुणाची काहीही बरीगत नाही,' अशी धमकी देऊन तो तिथून तावातावानं निघून गेला. मल्हारच्या कुटुंबीयाकडून नातेवाईक आणि मित्रपरिवारांकडं चौकशा सुरू केल्या. कुणाकडूनही त्यांचा थांगपत्ता लागत नव्हता.

तिकडं प्रकाशनं घर डोक्यावर घेतलं होतं. लाडकी पोरगी म्हणून बापानं हेमाला अधिकच स्वातंत्र्य दिल्याचा ठपका ठेवून प्रकाश लखोबाला सारख्या डागण्या देत होता. कितीही बोललं तरी प्रकाशच्या बोलण्याला घरात कुणी फारसा प्रतिसाद देत नव्हतं. त्यामुळं तर तो अधिक भडकायचा. त्याच दरम्यान एकदा रागाच्या भरात समोर शांता आली अन् प्रकाश हक्काची बायको म्हणून तिच्यावर चांगलाच भडकला.

म्हणाला, "शांते, तू तर रोज शाळेत असायची. तिथं हेमा आणि मल्हारचं असलेलं लफडं तुला माहीत नव्हतं का?"

प्रकाशनं विचारूनही शांता गप्पच राहिली. त्यावर तर प्रकाश अधिकच वैतागला. थेट त्यानं शांताच्या झिपऱ्या धरून तिला जमिनीवर लोळवलं. लाथा-बुक्क्या मारायला लागला. वाढता प्रकार लक्षात घेऊन घरच्यांनी सोडवासोडव केली.

"मी काय विचारतो, तुला ऐकू येत नाही का?" प्रकाशनं शांताला पुन्हा दटावलं.

"ठावं असूनबी मी काय करणार, घरात माझं कोण ऐकतंय?

इतर बायकांप्रमाणं पाठ केलेला पाढा शांतानंही रडत रडत वाचला.

"सासुरवासातल्या बायकोचं कोण मनावर घेतंय. इथं कुणाचा माझ्यावर विश्वास आहे?"

आपल्या मनातली नेमकी सल आणि मर्यादा शांतानं अधिकपणे बोलून दाखवली.

"जास्तीचा शहाणपणा शिकवू नकोस. तू मला का सांगितलं नाहीस, ते सांग." प्रकाशनं पुन्हा दम भरला.

"तुमचा तापट स्वभाव मला माहीत होता. म्हणून थेट तुम्हाला काही सांगण्याऐवजी मी वहिनीस एकदा सांगितलं होतं. त्यावर त्यांनीच मला धमकी दिली होती. म्हणाल्या होत्या, मी जर घरी कुणाला काही सांगितलं, तर माझ्याबद्दलच कागाळी करून मला तुमच्याकडून मार खाऊ घालतीन. म्हणून मी गप्पगुमान राहिले." शांतानं योग्य स्पष्टीकरण देऊन आपली सुटका करवून घेतली.

शेवटी बाप-लेकाच्या विचारविनिमयानंतर ग्रामीण पोलिसांत हेमा गायब असल्याची तक्रार देण्यात आली. मंत्री महोदयांशीही लखोबानं चर्चा केली. मंत्री महोदयांच्या सूचनेनुसार पोलिसांनी तपासाची चक्रं फिरवली. तिकडं हेमा आणि मल्हारनं एका मंदिरात लग्न उरकून घेतलं होतं. लग्नानंतर चार दिवसांच्या नागपूर मुक्कामानंतर ते मध्यप्रदेशात भोपाळला एका मित्राकडं आश्रयाला थांबले होते. स्थानिक पोलिसांच्या मदतीनं हेमा आणि मल्हारला पोलिसांनी ताब्यात घेतलं. हेमा धीट होती. दोघांच्याही अंगाला कुणी हात न लावण्याबद्दल तिनं पोलिसांना बजावलं होतं. दोघंही सज्ञान असल्यानं त्यांनी परस्पर सहमतीनं रीतसर लग्न केल्याचं सांगितल्यानं पोलिसांनाही काही दांडगाई करता येत नव्हती.

दरम्यान मंत्री महोदय जिल्ह्याच्या दौऱ्यावर होते. दौऱ्यात त्यांनी लखोबा आणि प्रकाशला बंगल्यावर बोलावून त्यांच्याकडून हेमा पळून गेल्याची हकिकत जाणून घेतली. प्रकरण वाढलं तर आपल्याच कार्यकर्त्यांची अधिक बदनामी होणार, हे ओळखून त्यांनी लखोबा आणि प्रकाशला समजावून सांगितलं. गरम रक्ताचा प्रकाश मल्हारबाबत टोकाची भाषा वापरत होता. रागाच्या भरात आगळीक घडण्याची भीती

मंत्री महोदयांना वाटत होती.

ती भीती ओळखून मंत्री महोदय म्हणाले, "प्रकाशराव, आपण आता सार्वजनिक जीवनात काम करत आहोत. लखोबा सावकारांनी आयुष्यात मोठ्या खस्ता खाऊन सारं वैभव निर्माण केलं आहे. ते मातीत जाता काम नये. ते वैभव सांभाळायला हवं. या कामी तुमचीच भूमिका अधिक महत्त्वाची ठरणार आहे. प्रकाशराव, तुम्ही तरुण आहात. तुम्हाला मोठं भविष्य आहे. राजकारणात आता तुम्हाला चांगले दिवस येणार आहेत. त्यामुळं तुमच्या अंगाला कुठला डाग लागू नये, याची मला काळजी वाटते. कसंय प्रकाशराव, आता काळ बदललाय. आपण किती दिवस कर्मठपणा बाळगायचा? जातीपातीचे दोर आता गळून पडायला लागले आहेत. जातीबाह्य रोटीबेटीच्या व्यवहारांना आता आपणच संरक्षण दिलं पाहिजे. पुरोगामित्व स्वीकारलं पाहिजे. खरं म्हणजे हेमाच्या पळून जाण्याच्या घटनेचा तुम्ही सामाजिक आणि राजकीय फायदा घ्यावा, या मताचा मी आहे. हे प्रकरण आपण वाढवूही शकतो. मल्हारला पोलिसांकडून त्रासही देऊ शकतो. मात्र त्यातून काहीच हाती लागणार नाही. उलट आपलीच अधिक बदनामी होऊन त्यात आपलं राजकीय नुकसान होऊ शकतं. त्यामुळं पोलिसांकरवी गुन्हा दाखल करून कोर्टात खटला चालवून बदनामी ओढवून घेण्याऐवजी हेमा आणि मल्हारचं झालेलं लग्न आपण स्वीकारलं, तर आंतरजातीय विवाहाचा पुरस्कार करणारे राजकारणी म्हणून लोकांमध्ये तुमची चांगली ओळख अन् प्रतिष्ठाही वाढंल. लोकांसाठी तुम्ही आदर्श ठराल. नाही तरी, हेमानं ज्या तरुणाशी लग्न केलंय ते काही वाईट नाही. मल्हार तसा खालच्या जातीतलाही नाही. उलट तो चांगल्या जमीनजायदादवाल्या कुटुंबातला आहे; शिवाय तो तुमच्याच संस्थेत नोकरीला आहे. त्याच्यावर तुमची नजर असणारच आहे. तो तुमच्या पोरीला फुलासारखं सांभाळंल, असं मला वाटतं."

असं म्हणून मंत्री महोदयांनी तिथं बोलावलेल्या पोलीस निरीक्षकाला विचारलं, "काय फौजदार, यावर तुमचं काय मत?"

"साहेब, तुमच्या बुद्धिमत्तेला सलाम ठोकावा बघा. खरंच तुम्ही अस्सल राजकारणी आहात! निगेटिव्ह गोष्टीतही तुम्ही पॉझिटिव्ह दृष्टीकोन बाळगताय. तुम्ही सांगताय त्यात सावकाराचं मोठं हित दिसतंय. एका दगडात अनेक पक्षी मारण्याचा प्रकार आहे हा." असं म्हणून पोलीस इन्स्पेक्टरनेही मंत्री महोदयांच्या मताला पाठिंबा दिला.

दोघंही बाप-लेक एकमेकांच्या तोंडाकडं बघून गोंधळले.

तेवढ्यात लखोबा म्हणाला, "प्रकाश, साहेबांच्या बोलण्यातही पॉईंट आहे. काय करायचं?"

चार-पाच दिवसांपासून आदळआपट करणारा प्रकाश जागेवरून उठला आणि त्याने सरळ मंत्री महोदयांचे पायच धरून म्हणाला, "साहेब रागाच्या भरात मी भलतंच काय

तरी करून बसलो असतो बघा. बरं झालं. तुम्ही आमचे डोळे उघडले ते."

मंत्री महोदयांसह सर्व जण जागेवर उभे राहिले. हसत हसत त्यांनी प्रकाशला गळ्याला लावलं.

"फौजदार, हेमा आणि मल्हारला पोलीस ठाण्यात हजर न करता थेट इथं घरीच घेऊन या. अन् ध्यानात ठेवा, कुणीही पोरांसोबत पोलीस दांडगाई करणार नाही, याची काळजी घ्या. त्यांना सन्मानाने घेऊन या इथं. त्यांना खजीलपणा वाटायला नको. बरं, त्यांचं लोकेशन कुठंय आता?" मंत्री महोदयांनी विचारलं.

"थोड्या वेळापूर्वी वीस-पंचवीस किलो मीटरपर्यंत होते. अर्ध्या तासात हजर करतो तुमच्यापुढं." असं म्हणून इन्स्पेक्टरनं सॅल्युट ठोकला.

घंट्याभराच्या वेळानं एका खासगी वाहनातून पोलिसांनी हेमा आणि मल्हारला मंत्री महोदयांच्या बंगल्यावर हजर केलं. थेट मंत्री महोदयांकडं हजर करण्यात आल्यानं मल्हारला तर दरदरून घाम फुटलेला. हेमाला मात्र कशाचीच परवा नव्हती. ती अगदी निर्धास्त होती. तिला कशाचीच भीती वाटत नव्हती. बैठकीत सारे जमले होते. आतल्या घरातून मंत्री महोदय बैठकीत आले. येताच त्यांनी कसं काय जावई म्हणून त्यांनी मल्हारच्या पाठीवर हात थोपटला. मंत्री महोदयांचं ते बोलणं ऐकून मल्हारसह तिथं असणारे सारेच अचंबित झाले. लखोबा चेहऱ्यावर उसणं हसू आणून उभा होता. प्रकाशही खाली मान घालून थांबला होता. पोलीस निरीक्षक पोझिशनमध्ये थांबले होते. शोध मोहिमेवरून आलेले पोलीस कर्मचारी मात्र भांबावून गेलेले. त्यांना त्यातलं काहीच कळत नव्हतं.

मंत्री महोदय पुन्हा थोडंसं पुढं आले. ते हेमाच्या जवळ येऊन म्हणाले, "काय बेटा, एवढी पळापळ कशाला केलीस? मल्हारशी लग्न करायचं होतं, तर मला सांगायचं होतं. मी अगदी थाटात लावून दिलं असतं."

असं म्हणून त्यांनी मल्हार, हेमासह सगळ्यांना चहापाणी देण्यास नोकराला फर्मावलं.

लागलीच चहापाणी आलं. त्यांनी दोघांनांही जवळ घेऊन चहापाणी घेतलं. मग पुढं म्हणाले, "सावकार आणि प्रकाश, असं करा, मल्हारच्या आई-वडिलांसह दोन्ही बाजूच्या नात्यागोत्यातल्या लोकांना निमंत्रण पाठवून द्या. त्याआधी जावळीत जंगी रिसेप्शनच्या पार्टीचा मुहूर्त ठरवा. त्याला मी जातीनं हजर असेन. परिसरातले सारे मानापानाचेही लोक असले पाहिजेत, याची काळजी घ्या."

मंत्री महोदयांच्या सूचना ऐकून लखोबा आणि प्रकाशनं होकाराच्या माना हलवल्या. तेव्हा मंत्री महोदय पुन्हा म्हणाले, "हेमा आणि मल्हार, तुम्ही अजिबात घाबरायचं नाही. लखोबा सावकार, प्रकाशसह आम्ही सारे तुमच्या दोघांच्या पाठीशी आहोत. तुम्हाला माझे आशीर्वाद आहेत. मी समाजकारणात काम करतोय, पुरोगामी विचारांचा आहे,

जातपात मानणारा नाही. आंतरजातीय लग्नकार्यास माझा नेहमीच पाठिंबा असतो. खरं तर तुम्हा दोघांनी आंतरजातीय लग्न करून गावाला एक नवा आदर्श घालून दिलाय. त्याबद्दल तुमचं अभिनंदन!"

असं म्हणून मंत्री महोदयांनी शेजारच्या टेबलावर असलेला पुष्पगुच्छ देऊन त्यांचं स्वागत केलं. तो सारा प्रकार पाहून हेमा आणि मल्हार मात्र मोठेच बुचकळ्यात पडले. घडणाऱ्या प्रकारावर त्यांचा काही वेळ विश्वासच बसत नव्हता; पण मंत्री महोदयांनी ठरवल्यानुसार सारं घडत होतं. घडत असलेलं सारंच खरं होतं. त्या दिवशी मंत्री महोदयांच्या सूचनेनुसार एका खासगी फियाट गाडीतून हेमा आणि मल्हारला जावळीऐवजी थेट धनगरवाडीलाच वसंतराव देशमुखांच्या घरी नेऊन सोडण्यात आलं. वसंतरावांचा विश्वास बसावा म्हणून त्यांच्यासोबत पोलिसांनाही पाठवण्यात आलं. गरम वातावरण थंड करण्यात मंत्री महोदयांनी मोलाची भूमिका पार पाडली होती. हेमा आणि मल्हार आता नवरा-बायको म्हणून वावरत होते. आडवळणाच्या नात्याला देशमुख आणि धनमांडे कुटुंबीयांनी स्वीकारलं होतं.

ठरलं होतं, की पोरीच्या सैराटपणाला एका नव्या संस्काराची किनार लावायची होती. गावकरी आणि परिसरातल्या टीकाकार लोकांची तोंडं बंद करायची होती. पुन्हा उजळमाथ्यानं मिरवून घेण्यासाठी मंत्री महोदयांच्या सांगण्यानुसार जंगी रिसेप्शन पार्टीचं आयोजन करण्यात आलं. आंतरजातीय विवाह संबंधांचे पुरस्कर्ते म्हणून मिरवून घेण्याची ती संधीच होती.

सायंकाळची वेळ, साजेशी रोषणाई, भव्य असा मंडप, समोरच्या बाजूला अगदी मध्यभागी साजेसं व्यासपीठ, त्याच्या शेजारीच मान्यवर मंडळींसाठी गाद्या-तक्क्यांची व्हीआयपी व्यवस्था. त्यावर रंगीबेरंगी मखमली आच्छादनं, त्याच्या मागंच पुरुष आणि महिलांसाठी खुर्च्यांची आसन व्यवस्था केली होती. शेजारच्या मंडपात जेवणासाठीची स्वतंत्र व्यवस्था होती. बंदिस्त स्वयंपाकघर आणि त्यातून घमघमणारा मिष्टान्नाचा वास, सारं काही रिसेप्शन पार्टीचं वैभव वाढवत होतं. मंत्री महोदय, परिसरातले राजकीय, सामाजिक कार्यकर्ते, गाव आणि परिसरातले लोक पार्टीला हजर होते. व्यासपीठावर हेमा आणि मल्हार नवरा-नवरी म्हणून नटून बसलेले, सर्वांचं आगत-स्वागत सुरू होतं. लखोबा आणि प्रकाशसह इतर कार्यकर्ते डोक्यावर तुरेबाज फेटे बांधून मिरवत होते. त्यांच्या चेहऱ्यावरचं उसनं हसू ओसंडून वाहात होतं. शाळेच्या कर्मचाऱ्यांची धावपळीतली लगीनघाई सुरू होती. हातभर हिरवा चुडा घालून पारू वरमाई म्हणून वावरत होती. मीनल मात्र मागं बायकांत बसून सावत्र लेकीच्या लग्नाच्या कार्यक्रमाचा आनंद घेत होती. वसंतराव देशमुखांकडील वऱ्हाडी मात्र धरून आणल्यागत जागच्या जागी बसून होते. आगत-स्वागतानंतर झालेल्या भोजनावळीच्या पंगतीत बसलेले लोक

मिष्टान्नावर ताव मारत होते. मागच्या पंधरा-वीस दिवसांपासून लखोबाची पोरगी पळून गेली म्हणून बोचरी कुजबुज करणारे मात्र जेवणावळीच्या पंगतीत लखोबाचं आणि हेमाच्या धाडसाचं कौतुक करत होते.

'नाक कापलं तरी भोक शाबूत' याप्रमाणं प्रकाश धनमांडे गावात मिरवू लागला. रिसेप्शन पार्टीमुळं हेमाच्या पळून जाण्याचं गंभीर प्रकरण बोथट झालं होतं. दोन-तीन वर्षांनी ते जुन्यातही जमा झालं. शहरानजीक सुरू केलेला बिअर बारचा धंदा बऱ्यापैकी स्थिरावला होता. तिथून चांगल्यापैकी कमाई व्हायची. त्यामुळं प्रकाश झोकात वागायचा. त्याच्या सोबतीला नेहमी पाच-सहा रिकामचोट आणि तरावट पोरं राहत होती. त्या पोरांना तो बॉडीगार्ड समजायचा. सोबतच्या पोरांनाही त्याचं काही वाईट वाटायचं नाही. कारण प्रकाशमुळं त्यांचीही चंगळ चालायची. पोरांच्या जोरावर प्रकाशनं काही दिवसांनी गावात व्यायामशाळा सुरू केली. ती शासकीय अनुदानावर चालायची. मिळणाऱ्या अनुदानामुळं प्रकाशला गावातूनही अवसान मिळाल्यागत वाटायचं. त्याच्या व्यायामशाळेत गावातली मवाली पोरं एकत्र जमायची. ती प्रकाशच्या नावानं सातत्यानं जय करायची. तीच गैरी पोरांची ताकद जमवून त्याला भविष्यातलं राजकीय करिअर घडवायचं होतं. तो बाप लखोबापेक्षाही अधिक पुढची पावलं टाकू पाहत होता. सारासार प्रकाशचा महत्त्वाकांक्षीपणा अधिक वाढीस लागला होता.

बाप उपसरपंच असूनही गावात प्रकाशचाच कारभार चालू लागला. दिवसागणिक लखोबाही थोडासा शरीरानं आणि मनानंही थकत होता. त्यानं वयाची पन्नाशी केव्हाच संपवली होती. दरम्यान त्यानं धाकट्या चंद्रकांतचंही लग्न उजवून टाकलं. प्रकाश आणि चंद्रकांतला मुलंही झाली. घरात त्याला नातवंडांसह सूना आणि जावई आले होते. लखोबाच्या मागोमाग घरच्या आणि बाहेरच्या व्यवहारात प्रकाश चांगलाच मुरत चालला होता. घरात तसं पोरगंच शिरजोर होत असल्यानं वयोमानानुसार बापाला मागं राहाणं स्वाभाविक होतं. तसं बघितलं तर लखोबाच्याही मागं दुसरा व्याप काही कमी

नव्हता.

दिवसागणिक प्रकाश आणि हेमा वयाप्रमाणंच विचारानंही थोराड बनत चालली होती. त्यांना व्यवहार आणि संसारातलं बरंच काही कळायला लागलं होतं. कळत्या वयानुसार त्यांनी सावत्र आई मीनलसोबतही चांगलं सख्य जपलं होतं. चुकूनही कुठला बेबनाव वाढू दिला जात नव्हता. तिलाही त्यांच्याशिवाय दुसरं कुणी नव्हतं. त्यामुळं तिला वाऱ्यावर सोडता येत नसल्याची प्रगल्भता त्यांच्यात आली होती; शिवाय सख्खी आई पारूपेक्षाही मीनलच्याच नावावर मोठी प्रॉपर्टी होती. मीनलच्या नावावरची प्रॉपर्टी डोळ्यासमोर ठेवून सारीच लेकरं तिलाही सन्मान देत होती. लहानमोठ्या सर्वांमध्येच व्यावहारिकपणा दिसून येत होता. त्यामुळं सारं कुटुंब एकत्रितपणे मिळून मिसळून वागत होतं.

कालातंरानं झालं असं की, मीनल आणि तिच्या भावांमध्ये अंतर वाढत गेलं. ते वाढवण्यात मीनलच्या धाकट्या भावजयीचा वाटा अधिक राहिला. मतभेद आणि धुसफुशीचं रूपांतर एके दिवशी मोठ्या भांडणात झालं आणि मीनलनं कोर्टात खटला दाखल करून वाडवडिलांच्या प्रॉपर्टीत हिस्सा मागितला. मीनलच्या भावांविरुद्ध सुरू असलेल्या खटल्यात लखोबाचं नसणं शक्यच नव्हतं. ते प्रकरण लखोबामुळंच कोर्टात गेल्याचा कांगावा गावात पसरला आणि पुन्हा लखोबाच्या भाऊबंदकीनं त्याच्याविरुद्ध डोकं वर काढलं. कोर्ट खटल्याच्या निमित्तानं त्याला पुन्हा घेरण्याची संधी लखोबाविरोधी धनमांडे बिरादरीला मिळाली. त्या साऱ्यांनी मीनलच्या भावांना हाताशी धरून लखोबाच्या विरोधात रान पेटवलं. साऱ्यांनी मिळून लखोबाची नाकेबंदी सुरू केली. बायकोच्या अनैतिक कमाईवर जगणारा म्हणून त्याची जाहीर बदनामी सुरू केली. लखोबानं अनेक ठिकाणी खरेदी केलेल्या जमिनीबद्दलही वाद उकरण्यात येऊ लागले. तसं त्यात लखोबालाही कच खाण्याचं कारण नव्हतं. लखोबाही आता एकटा नव्हता. प्रकाश कर्तबगारीला आला होता. धाकटा चंद्रकांतही चांगलं मिसरूड फुटल्यानं गुरगुरत होता. आणि झालं असं, की एके दिवशी लखोबा आणि त्याच्या शेजाऱ्याचं गावात कडाक्याचं भांडण लागलं. इतर धनमांडे बिरादरी लखोबाच्या विरोधात काट्या-कुऱ्हाडी घेऊन भांडणात उतरली; पण प्रकाश आणि त्याच्या मस्तवाल पोरांच्या गँगनं अनेक धनमांड्यांची डोकी फोडली. अनेकांचे हात-पाय मोडले. लखोबाविरोधी गटाला धूळ चारण्यात प्रकाशला तिथं मोठं यश मिळालं होतं. त्या घटनेमुळं गावात प्रकाशची, पर्यायानं लखोबा सावकारची मोठी दहशत निर्माण झाली. पुढील काळात त्या घटनेचे गाव आणि परिसरात दूरगामी परिणाम झाले. लखोबा आणि त्याच्या वाट्याला यायची कुणात हिंमत उरली नाही. लखोबा आणि प्रकाश सांगतील तीच पूर्व दिशा,

असा धाक निर्माण झाला; पण दहशतीतून निर्माण झालेला धाक आता दिवसेंदिवस थकत जाणाऱ्या लखोबाला नको वाटत होता. परिसरात आपला धाक असावा; पण तो आदरयुक्त असावा, असंच त्याला वाटायचं. गावातल्या लोकांचा होणारा सततचा टोकाचा विरोध त्याला कमी करायचा होता. तसं झालं तरच त्यानं कमवलेली धनदौलत त्याला परंपरागतरित्या सुखानं उपभोगता येणार होती आणि ती शाबूतही राहणार होती. त्यासाठी लखोबानं पुढच्या काळात गावात धार्मिक कार्यक्रम राबवायला सुरुवात केली. मंदिरं बांधायला, मशिदी उभारायला दानधर्म करू लागला. त्यातून समाजाची सहानुभूती मिळवू लागला. आडल्या-नडल्यांच्या मदतीला तो अधिकपणानं धावू लागला. कुणाचे लग्न समारंभ असो किंवा दवाखान्याची कामं असतील, ती तो पुढं होऊन करू लागला. लग्न जूळवून आणणं, गरजेप्रमाणं एखाद्याच्या भांडणात मध्यस्थी करण्यासारखी कामं करू लागला. स्वतःहून तो सहजपणे लोकांमध्ये मिसळू लागला. एकूणच त्यानं आपला व्यवहार आणि वागण्याचा नूरच बदलून टाकला. त्यातून लोकांचा त्याच्याबद्दलचा दृष्टिकोन बदलला जावा, अशीच त्यामागची त्याची भूमिका होती. हळूहळू लोकांकडूनही त्यास अपेक्षित प्रतिसाद मिळण्यास सुरुवात झाली.

लखोबाकडून वाढणारा सलोख्याचा व्यवहार गावातली बेरकी धनमांडे बिरादरीही ओळखून होती. लखोबाच्या मुत्सद्दी डावावर तेही प्रतिडाव टाकत होते. सावकारचा मतलबीपणा उघड करून त्यास तोंडघशी पाडण्याकामी ते तसूभरही मागं राहत नसत. फरक एवढाच पडला होता, की त्यांच्यातल्या धूमधडाक्याच्या भांडणाची जागा आता शीतयुद्धानं घेतली होती.

वर्ष-दीड वर्षाच्या कालावधीनंतर गावच्या विविध कार्यकारी सेवा सहकारी सोसायटीच्या निवडणुकीचा कार्यक्रम जाहीर झाला. तिकडं प्रकाश धनमांडेनं निवडणुकीची सारी तयारी आधीपासूनच सुरू केली होती. कुठलीही निवडणूक लागली, तरी ती लढवण्यासाठी तो बाह्या सारूनच होता. तसा तर त्याचा खरा डोळा जिल्हा परिषदेच्या निवडणुकीवर होता; परंतु त्याआधीच सोसायटी निवडणूक आल्यानं निवडणुकीची ती प्रयोगशाळा समजूनच त्यानं त्यात उडी घेत स्वतःच्या नेतृत्वात स्वतंत्र पॅनल उभं केलं. खरं तर, सोसायटीला उभं राहण्यासाठी लखोबाचा मनातून विरोधच होता; पण कर्तुनूकीला आलेल्या पोराला विरोध करून निवडणुकीपासून दूर ठेवणंही अवघड होतं. म्हणून सोसायटीच्या निवडणुकीसाठी लखोबानं प्रकाशला बळंबळंच पाठबळ दिलं होतं. प्रकाशच्या आधीच प्रस्थापित धनमांडे बिरादरी आणि जुन्या संचालक मंडळाचं मिळून एक जुनं पॅनल मैदानात होतं. त्यात प्रकाशच्या नेतृत्वातल्या परिवर्तन पॅनलनं उडी घेतल्यानं सोसायटीच्या निवडणुकीत रंगत भरली होती. दोन्हीही

पॅनलकडून मतदारांना आपल्या गळाला लावण्यासाठी सारे प्रयत्न करण्यात येत होते. प्रकाशची तर आलीकडच्या काळात अधिकच चलती सुरू होती. साऱ्या प्रचार साधनांचा त्याच्याकडून वापर करण्यात येत असल्यानं परिवर्तन पॅनलची हवा तयार झाली. त्यामुळं सत्ताधारी पॅनलची धाकधूक वाढीस लागली. दोन्हीही पॅनलकडून चुरस पैदा झाल्यानं कार्यकर्त्यांकडून टोकाचा प्रचार सुरू झाला. त्यात लखोबाच्या भाऊबंदकीकडून पुन्हा जुन्या कुरापती काढण्यात येऊ लागल्या. प्रकाश तर प्रचंड तऱ्हेवाईक आणि भांडखोर प्रवृत्तीचा होता. त्याला फक्त निमित्त लागायचं. तो कुठल्याही टोकाला जायला तयारच असायचा.

एके दिवशी सत्ताधारी पॅनलकडून काही फुटीर मतदारांसाठी देवदर्शनाच्या सहलीचं आयोजन करण्याचं ठरलं. सहलीवरच्या मतदारांना थेट मतदानादिवशीच मतदान केंद्रावर हजर करण्यात येणार होतं. ठरल्याप्रमाणं गावातल्या काही निवडक मतदारांना घेऊन जाण्यासाठी सोसायटीच्या सत्ताधारी चेअरमनच्या शेतातून गाड्या तयार ठेवण्यात आल्या होत्या. रात्रीच्या वेळी मतदारांचं खाणं-पिणं झाल्यानंतर दोन-तीन जीपगाड्या भरून निघाल्या. प्रकाशला त्या साऱ्या प्रकाराची कुणकुण आधीच लागलेली होती. त्यानुसार त्यानं आधीच चार जीपगाड्यांसह दहा-वीस तरावट पोरं गावच्या शिवेवर तैनात ठेवलेली होती. त्यात तोही होताच. झालं, अगदी ठरल्यासारखं झालं आणि दोन गटांत आमना-सामना झाला. गाड्यांची तोडफोड करण्यात आली. काठ्या कुऱ्हाडी एकमेकांवर आदळल्या. गाड्यात भरलेली मतदार मंडळी सैरभैर झाली. राना-आडरानानं, तोंड फिरंल त्या दिशेनं ती पळत होती. काही लुळी-पांगळी झाली. पळता येणारी काही गावात आली. त्यांच्यामागं प्रकाशची गँग पाठलाग करत होती. शिवेवरचं भांडण गावात शिरलं. गावातही मारामारीला ऊत आला होता. कोण कुणाला मारतंय, काहीच कळत नव्हतं. तुंबळ हाणामारीत दोन्ही गटांतली सात-आठ पोरं रक्तबंबाळ होऊन बेशुद्ध पडली. गावात लखोबा विरोधकांचा त्याच्या घरावर धावा पडला होता. लखोबा आणि प्रकाशवर कुऱ्हाडी कोसळल्या होत्या. दोघां बापलेकासह विरोधातले चार-पाच जण मरण यातनांनी विव्हळत होते. धाकट्या चंद्र्याला चुलता दासरावांनं गावातून शिताफीनं काढून दिलं होतं. जीव वाचवण्यासाठी तोही मिळंल त्या वाटेनं गाव शिवाराबाहेर पळून गेला होता. दरम्यान पोलिसांच्या येण्यानं भांडणाची तुंबळ आटोक्यात आली. पोलिसांनी प्रथमतः जखमींना तत्काळ दवाखान्यात दाखल केलं. अखेर दोन-तीन दिवसांच्या उपचारानंतर लखोबा आणि प्रकाशसह विरोधी गटातले दोन अशा एकूण चार जणांचा मृत्यू झाला.

हाणामारीच्या घटनेत चौघांचा मृत्यू झाल्यानं गावात पुन्हा तणाव निर्माण झाला. दोन्ही गटातल्या चार-पाच, चार-पाच लोकांना पोलिसांकडून तत्काळ अटक करण्यात आली. बरेच जण फरार झाले होते. काहींच्या फरार असण्यानं गावात भीतीचं वातावरण वाढलं होतं. त्यामुळं बरेच दिवस गावात पोलिसांचा खडा पहारा पडून होता. घटनेचे गांभीर्य लक्षात घेऊन आणि मृतांमध्ये काही उमेदवारांचाच समावेश असल्याने निवडणूक अधिकाऱ्याने सोसायटीची निवडणूकच काही काळासाठी तहकूब ठेवली होती. भांडणादरम्यान लखोबाच्या घरावरच धावा झाल्यानं त्याच्या घराची मोठी नासधूस झाली होती. त्याच रात्री लखोबाचे सारे कुटुंबीय शहरातल्या घरात आश्रयाला गेले होते. गरीब दासराव तेवढा गावात पडून होता. तो कुणाच्याही फारसा फंद्यात नसल्यानं त्याला कुणी काही मारहाण केलेली नव्हती. सत्ताधारी गटातल्या मयतांच्या पार्थिवांवरच तेवढे गावातल्या स्मशानभूमीत अंत्यसंस्कार करण्यात आले. लखोबा आणि प्रकाशच्या पार्थिवावर मात्र शहरातच पोलीस पहाऱ्यात अंत्यसंस्कार झाले. लखोबाची जवळची नात्यागोत्यांची सोडली, तर गावाकडची माणसं तिकडं फिरकलीसुद्धा नव्हती. गजबजलेल्या जावळी गावात मात्र दोन-तीन महिने भयाण शोककळा पसरली होती. कालांतरानं गाव पूर्वपदावर आलं असलं, तरी बऱ्याच जणांच्या मनातल्या द्वेषभावना काही कमी झाल्या नव्हत्या. लखोबाच्या घरात पुरुष म्हटलं तर लखोबाचा धाकटा मुलगा चंद्रकांत तेवढा मागं होता; पण तो असूनही नसल्यासारखाच! बाप आणि भावाच्या जिवावर सदैव गुरगुरणारा पोरसवदा चंद्रकांत चांगलाच हाय खाऊन बरेच दिवस वेड्यागत फिरत होता. त्यामुळं लखोबाच्या उरल्यासुरल्या कुटुंबाची सारी भिस्त आपसूकपणे हेमावरच येऊन पडली. काही काळासाठी सासरचं घर सोडून ती नवरा मल्हारसह माहेरीच येऊन मुक्कामी थांबली होती.

लखोबा सावकार आणि सबंध गावासाठीही घडून गेलेली घटना काही चांगली नव्हती. घटनेचे परिणाम गंभीर आणि दूरगामी होते. त्याच्या सर्वाधिक झळा सावकाराच्या आणि इतर दोन मयतांच्या कुटुंबीयांना बसल्या होत्या. त्या घटनेच्या संदर्भाने इतरही जे कुणी अटकेत होते, त्यांच्याही कुटुंबीयांची होणारी तारांबळ वेगळीच होती. अटकेत असणाऱ्यांत बहुतांश मंडळी त्यांच्या त्यांच्या घरातले कर्ते-धर्ते होते. तशांचे संसार उघड्यावर पडले होते. त्यांच्या गुराढोरांच्या वैरण-पाण्याचीही मोठी आबाळ होत होती. शिवाय समाजात त्यांच्याबद्दलचा आणि कुटुंबाबद्दलचा दृष्टिकोनही निराळाच होत होता.

लखोबाच्या घराचे तर हालच झाले होते. पारू आणि मीनल या दोन्ही बायका बेभान झालेल्या. चंद्रकांतही भेदरून गेलेला. कोण कुठून येईल आणि त्याचा घात होईल,

याबद्दल त्याच्यासह त्याच्या संपूर्ण कुटुंबाला काळजी वाटत होती. म्हातारा आज्जा नामा आणि आजी जना, प्रकाशची बायको शांता, तिची मुलं, चंद्रकांतची बायको आणि त्याचीही मुलं पूर्णतः उघड्यावर पडली होती. दासू आणि त्याच्या लेकरा-बाळांचेही हाल सुरू झाले होते. जवळचे-लांबचे सगेसोयरे गावकऱ्यांच्या भीतीपोटी लखोबाच्या कुटुंबीयांच्या मदतीला जायला भीत होते.

तशा त्या भयाण परिस्थितीत कुटुंबाची सारी जबाबदारी हेमावर येऊन पडली होती. ती बापाची लाडकी होती. हसूनखेळून वाढलेली ती अल्लडच होती. मोठी अवखळही होती. केवळ बापाच्या आधारानेच ती हिमतीने वावरलेली होती. तशा हिमतीतूनच तिनं घरातून लखोबाची पैशांची पिशवी लांबवली होती. मल्हारशी झालेला तिचा प्रेमविवाह तिच्या हिमतीचाच भाग होता. बापाच्या प्रेमामुळंच ती पूर्वायुष्यात बिनधास्तपणे वावरली होती. कुटुंबात आणि मुलांच्या आयुष्यात बापाचं फक्त असणंदेखील पुरेसं असतं. त्यातल्या त्यात मुलींच्या दृष्टीनं तर बापाचं असणं फारच महत्त्वाचं असतं. कारण प्रत्येक कुटुंबात बाप-लेकीच्या प्रेमाचं नातं इतर नात्यांच्या तुलनेत थोडं वेगळंच असतं. मुलीचं बापावर आणि बापाचं मुलीवरचं प्रेम निसर्गतःच अधिक गडद असतं. त्या नात्यातली गोडी अवीट असते. बापाचं अस्तित्व मुलीसाठी एक सावली असते. दुर्दैवानं हेमाच्या डोक्यावरचं बापाचं छत्रच कायमचं हरवलं होतं. छत्र हरवण्याबरोबरच तिच्यापुढं अनेक संकटंही येऊन पडली होती, ती वेगळीच होती.

तशी हेमा वय अन् अनुभवानंही काही मुरलेली नसली, तरी कुटुंबावर अचानक येऊन पडलेली संकटं समर्थपणे पेलणं तिलाच गरजेचं होतं. तशी ती धमक केवळ तिच्यातच होती. बापाप्रमाणेच ती धाडशी आणि कसोटीबाजही होती; ती ऊर्जादायीसुद्धा होती. लखोबानं उभं केलेलं वैभव एक आव्हान म्हणून तिला सांभाळणं भागच होतं.

लखोबाच्या आणि प्रकाशच्या निधनानं त्यांच्या घराचे वासे फिरायला फार काळ लागला नाही. महिना दोन महिन्यांच्या काळातच दासरावाच्या बायकोनं एकत्र कुटुंबातून स्वतंत्र राहण्याचं खुळ मांडून ठेवलं. आपण स्वतंत्र राहिलो तर लखोबामुळं कुटुंबाकडं असणारी गावकऱ्यांची वाकडी नजर सरळ होईल, अशी तिनं अटकळ बांधली होती. तेव्हा काही पै-पाहुण्यांच्या मध्यस्थीनं दासरावाची चूल वेगळीही झाली. लखोबाच्या कुटुंबाला बसलेला तो पहिला मोठा हादरा होता. त्याबद्दल लखोबाविरोधी गटाला आनंदाच्या उकळ्याही फुटल्या होत्या. एक शहाणपणाची तडजोड म्हणून हेमानं स्वतंत्र होण्याच्या चुलतीच्या व्यवहाराला मोठ्या मनानं मोकळीकही दिली होती. वाटणीच्या व्यवहारात कुठंच कसली खळखळ होऊ दिली नव्हती. खळखळ किंवा संघर्ष झाला असता, तर गावातल्या विरोधकांना लखोबाची मृत्यूत्तर काळातही बदनामी करायला संधी मिळाली

असती. ते हेरूनच हेमानं वाटणीच्या व्यवहारात चुलता दासराव आणि चुलतीचा मोठा सन्मान ठेवला होता. वाटणीत हात ढळता सोडला होता. कुटुंबाची फोड होऊनही तिनं चुलता-चुलतीची मनं जपली होती. चुलता दासरावाला तिनं बापाची जागा देऊन तिनं तिच्या मनाचा मोठेपणा दाखवला होता. तसाच तिनं तिचा मुत्सद्दीपणाही जपला होता.

मधल्या काळात लखोबानं गुत्तेदारीच्या व्यवसायातही चांगला जम बसवलेला होता. त्याच्या अनेक साईट्स सुरू होत्या. बऱ्याच ठिकाणी गुत्तेदारीसाठी लागणारी साधनसामग्री पडून होती. तिथल्या मजुरांच्या मजुरीचे मोठे वांदे होऊन बसले होते. पूर्ण झालेल्या अनेक कामांचे पैसे येणं बाकी होतं. काही ठिकाणची कामं अर्ध्यावर येऊन पडली होती. परिणामी गुत्तेदारीच्या कामात मोठाच गोंधळ होऊन बसला होता. ती सारी कामं हेमानं मोठ्या कसोटीनं हातावेगळी केली. गुत्तेदारीचा विषयच तिनं संपवून टाकला होता. चंद्रकांतला त्या व्यवसायात टाकता आलं असतं; पण तिनं ते तसं काही केलं नाही. कारण चंद्रकांत वडिलांच्या आणि भावाच्या मृत्यूच्या धक्क्यातून पुरेसा सावरलेला नव्हता. मुळात तो मानसिक आणि बौद्धिक दृष्टीनंही कुठलाही व्यवसाय सांभाळण्याइतका परिपक्व नव्हता. त्या वेळी तो बाळबोधच होता; शिवाय कुठल्या व्यवसायाच्या निमित्तानं त्याच्या हातात पैसा आला असता, तर पैशांच्या जोरावर तो नको त्या व्यसनाच्या नादी लागून बिघडण्याचीच शक्यता तिला अधिक दिसत होती. त्यामुळं गुत्तेदारीचा व्यवसाय कायमचा गुंडाळून ठेवण्यातच हेमानं धन्यता मानली. प्रकाशनं सुरू केलेल्या बिअरबारचा धंदाही हेमानं चंद्रकांतचं मन मोडूनच गुंडाळून ठेवला होता.

हेमासाठी सर्वाधिक डोकेदुखी ठरली होती, ती वडिलांच्या सावकारीची. लखोबाची गावातच नव्हे, तर परिसरातल्या इतर काही गावांतही मोठी सावकारी होती. त्या काळात सावकारी व्यवसाय शक्यतो खासगी स्वरूपातच चालत असे. क्वचित एखाद-दुसऱ्याचीच सावकारी नोंदणीकृत असायची. लखोबाची सावकारी मोठी असली, तरी ती खासगी होती; नोंदणीकृत नव्हती. एक-दोन नोंदवह्यांत सावकारी हिशेबाच्या नोंदी होत्या. त्या वह्यांच्या आधारे चंद्रकांत परस्पर पैशांची वसुली करायचा आणि त्यातूनच चंगळही करायचा. दरम्यानच्या काळात चंद्रकांत दारूसारख्या इतर व्यसनांच्याही आहारी गेला होता. अनेकदा वसुलीच्या निमित्ताने त्याच्या अनेकांसोबत कुरबुऱ्याही झडत होत्या. त्यातून नवे वादही वाढत होते. वादांचे वाढते प्रमाण बघून हेमानं वडिलांच्या सावकारीचे हिशेब तपासले. त्यात तिनं चंद्रकांतचीही मदत घेतली. कारण वडिलांचे सावकारीचे बरेचशे व्यवहार त्याला चांगले माहीत होते. लहान असल्याने बऱ्याचदा तो लखोबासोबत असायचा. सावकारीच्या व्यवहारात लखोबानं अनेकांच्या जायदाती

गहाणसुद्धा करून घेतल्या होत्या. त्यासंबंधीचीही कागदपत्रं चंद्रकांतमार्फत हेमाच्या हाती लागली. व्यवहारी आणि अनुभवी लखोबासाठी सावकारीचा तो व्यवसाय ठीक होता; पण कुटुंबावर गुदरलेल्या त्या नाजूक परिस्थितीत तो थोडाही परवडण्यासारखा राहिला नव्हता. सावकारीची सारी जुनी प्रकरणं निपटून त्यातून कुटुंबाला बाजूला काढण्यातच हेमाला हित दिसत होतं. आणि तसं केलं तरच लखोबाच्या उरल्या-सुरल्या कुटुंबाला सुखानं जगता येणार होतं. हेमा ते सारं जाणून होती.

लखोबानं ज्यांना ज्यांना व्याजानं पैसे दिले होते; त्यातल्या बहुतेकांच्या नोंदी आणि कागदपत्रं सापडली होती. काही जणांसोबत झालेले छोटे-मोठे व्यवहार नोंदवलेले नव्हते; त्यांपैकी काहींची माहिती चंद्रकांतला होती, तर काहींची नव्हती. हेमा हुशार आणि व्यावहारिकदृष्ट्या चाणाक्षसुद्धा होती. परिस्थितीनं तिच्यातला समजूतदारपणाही अधिक वाढवला होता. वडिलांच्या सावकारीच्या पैशातून कुटुंबाला बाहेर काढण्यासाठी तिनं अगदी थंड डोक्यानं विचार करून एका एका प्रकरणाचा निपटारा करण्याचं ठरवलं.

व्याज-बट्ट्याचा धंदा वाईट! व्याजाचा पैसा खाणं म्हणजे मोठं पाप! व्याजाचा पैसा तळतळाटाचा! तसं ते तत्त्वज्ञान सांगायला नि ऐकायलाही बरं वाटतं; पण त्या धंद्यातली वस्तुस्थितीही वेगळीच. लखोबाचा सावकारीचा व्यवसाय काही केवळ एका बाजूनेच बळावला होता असं नाही, तर पैसा कमवण्याच्या लालसेतून त्याने तो सुरूही केलेला असला, तरी कर्जदार किंवा व्याजानं पैसे घेणाऱ्याच्या गरजेतूनही तो वाढला होता. लखोबानं मुद्दलावर व्याज आणि व्याजावर चक्रवाढ व्याज लावलेलंही असेल. त्यातून त्याच्या धनसंपत्तीत मोठी वाढही झाली असेल; पण त्याबरोबरच लखोबाच्या त्या कर्जाऊ पैशानं अनेक गरजवंतांच्या गरजाही निश्चितच भागल्या असतील. त्यानं त्याचे पैसे व्याजानं देण्यासाठी थोडीच कुणावर बळजबरी केलेली होती? त्यामुळं वडिलांनी केलेला सावकारीचा व्यवसाय वाईट कसा? असा प्रश्न हेमाच्याही मनाला नेहमीच पडायचा. मग तसं पाहिलं तर लखोबानं केलेला व्यवसाय चुकीचा नव्हताच, असं तिचं मत बनायचं आणि त्या मतावर ती ठामही राहायची. लखोबाच्या त्या धंद्यात थोडीबहुत अनियमितता असली, तरी तो पूर्णतः चुकीचा नव्हताच, अशी तिच्या मनाची पक्की धारणा झाली होती. सावकारीच्या नावानं कुणी कितीही बोटं मोडत असलं, तरी वडिलांच्या कर्तृत्वावरचा तिचा विश्वास तसूभरही ढळला नव्हता. म्हणूनच लखोबाच्या त्या धंद्यात अडकलेला पैसा वसुलीलाही तिनं प्राधान्य दिलं.

लखोबा आणि प्रकाशच्या मृत्यूप्रकरणी गावातल्या दहाएक जणांवर खुनाचा गुन्हा दाखल झालेला होता. गावातल्या इतर दोघांच्या मृत्यूप्रकरणी गावकऱ्यांच्या वतीनेही करण्यात आलेल्या तक्रारींवरून लखोबा, प्रकाश आणि चंद्रकांत यांच्याविरुद्ध तसाच

काहीसा गुन्हा होता. चंद्रकांतची सुरुवातीलाच जामिनावर सुटका झालेली होती. तो बाहेर मोकळाच होता. गुन्ह्याचा तपास दीर्घकाळ सुरूच होता. अटकेत असणाऱ्या त्या दहाएक जणांची मात्र संशयित आरोपी म्हणून पोलीस कोठडीनंतर महिनो न् महिने झालेल्या न्यायालयीन कोठडीत रवानगी झालेली होती. त्यांचे कुटुंबीय आणि नातेवाईक मात्र जामिनासाठी प्रत्येक तारखेला तिष्ठत होते. या ना त्या कारणाने जामीन काही मिळत नव्हता. प्रत्येक वेळी संशयित आरोपी आणि नातेवाइकांचा हिरमोड व्हायचा. साऱ्यांची दमछाक झालेली अन् त्याच दरम्यान हेमानं लखोबाच्या सावकारीत अडकलेल्या पैशांच्या वसुलीचं काम सुरू केलं होतं. कोर्ट कचेरीच्या निमित्तानं गावकऱ्यांची होत असलेली धावपळ बघून भीतीपोटी लखोबाच्या सावकारीत अडकलेले बहुतांश कर्जदार कुठलीच कचकच न करता पैशांचा परतावा करत होते. काही जण सव्याज पैसे देत होते, तर आर्थिक मेटाकुटीला आलेले काही जण हाता-पाया पडून केवळ मुद्दलाची रक्कम देऊन झालेल्या व्यवहारातून आपली सुटका करून घेत होते. काहींनी पैसे परत करण्याच्या शपथेवर वायदेही केले होते, तर काहींच्या छोट्या-मोठ्या रकमा हेमानं कायमच्या सोडूनही दिल्या होत्या.

काही कर्जदारांचे व्यवहार मोठ्या रकमेचे होते. तशा व्यवहारात काहींनी जमिनींचे तुकडे किंवा सोने-नाणे गहाण ठेवलेले होते. अनेकांसोबत काही प्रसंगी तडजोडीच्या मार्गाने प्रकरणांचा निपटारा केला होता. बऱ्याच जणांनी पैशांचा परतावा करून, तर काहींनी गहाण ठेवलेल्या वस्तू ठरल्याप्रमाणे रीतसर हेमाकडं सुपूर्दही केल्या होत्या. दिल्या-घेतल्याच्या नोंदी नसणाऱ्या काही कर्जदारांनी लखोबाच्या मृत्यूचा गैरफायदा घेऊन बुडवा-बुडवीही केली होती. जमेल त्या पद्धतीनं हेमानं पैशांची वसुली केली होती. लखोबाच्या सावकारीत अडकलेलं बरंचसं भांडवल लखोबाच्या कुटुंबाच्या कामी आलं होतं. हेमानं ते सारे जुने व्यवहार अगदी सुरळीतपणे हाताळून वडिलांच्या सावकारीच्या व्यवहाराला कायमचा विराम दिला होता. कारण सावकारीचा व्यवहार पुढं सुरळीतपणे चालवण्याची किंवा त्या व्यवसायातल्या जोखमा सहन करण्याची क्षमता दुसऱ्या कुणात नसल्याची जाणीव तिला होती. त्या साऱ्या व्यवहारात हेमानं लखोबाचा सक्षम वारस म्हणून महत्त्वाची भूमिका बजावली होती.

कालातंरानं लखोबानं सुरू केलेल्या शैक्षणिक संस्थेचीही कटकट सुरू झाली होती. लखोबा आणि प्रकाशच्या हयात नसण्यानं संस्थेच्या संचालक मंडळातल्या रिक्त जागांसंदर्भाने गावातल्या काही लोकांनी डोकी वर काढली होती. संस्थेवर आपली वर्णी लागावी म्हणून लखोबाच्या नात्यागोत्यातूनही मोठ्या हालचाली सुरू होत्या. शिक्षण

खात्यातही तशा निनावी तक्रारी गुदरल्या होत्या. त्यात प्रकाश आणि चंद्रकांतच्या सासुरवाडीची मंडळी आघाडीवर होती. त्यामुळं हेमा मोठ्या पेचात सापडली होती. एकीकडं तिला घरही वाचवायचं होतं अन् दुसरीकडं वडिलांनी मोठ्या हिकमतीनं उभी केलेली शैक्षणिक संस्थाही पुढं न्यायची होती; पण तिला साथ मात्र कुणाचीच मिळत नव्हती. प्रत्येक जण वैयक्तिक स्वार्थ आणि वर्चस्वासाठी स्वत:चं घोडं दामटवत होता. नको तितका व्यसनाधीन झालेला लहान भाऊ चंद्रकांतही सोयीप्रमाणं भूमिका बदलत होता.

वडिलांच्या मृत्यूनंतर निर्माण झालेल्या साऱ्या प्रतिकूल परिस्थितीमुळं हेमा पूर्णतः वैफल्यग्रस्त झाली होती. ती विचार करत होती, की तिच्या वडिलांनी अत्यंत प्रतिकूल परिस्थितीत केवळ कुटुंबासाठी सारं वैभव निर्माण केलं होतं. त्याचा चांगल्या पद्धतीने उपभोग घेण्याऐवजी बहुतांश जवळचीच मंडळी केवळ वैयक्तिक स्वार्थासाठी नको त्या भूमिका घेत होते. बरं, वडिलांच्या पश्चात ते सारं वैभव पेलण्याची आणि सांभाळण्याची कुणाची क्षमता आणि पात्रताही नव्हती.

वडिलांच्या बालपणात कुटुंबाची सारी दैना होती. कुणी त्या कुटुंबाला नीट बोलत होतं, ना जवळ करत होतं. सारे अपमान गिळून लखोबा शिकला होता. शिक्षणात त्याची गतीही चांगली होती. कुणाचा त्यानं विचार न करता पुढचं शिक्षण पूर्ण केलं असतं, तर त्याचं व्यक्तिगत आयुष्य निश्चितच अधिक चांगलं राहिलं असतं; पण शिक्षण अर्ध्यावर सोडून त्यानं मिळतील ती कामं करून दारिद्र्याच्या दलदलीत फसलेल्या कुटुंबाला वर काढून सांभाळलं होतं. स्वतः अर्धशिक्षित राहूनही गावात स्वतंत्र शिक्षण संस्था काढली होती. तिथं परिसरातल्या गोरगरिबांची मुलं शिकत होती. पाच-दहा लोकांना नोकऱ्यांच्या माध्यमातून रोजगार मिळाला होता. त्यांचीही कुटुंबं सावरली होती. लखोबाचं ते कार्य संस्थात्मक होतं, मोठं होतं. घरातल्याही दोघा-तिघांना स्वत:च्याच संस्थेत हक्कानं नोकऱ्या मिळाल्या होत्या. स्वतः हेमा आणि तिच्या प्रियकर नवऱ्यालाही त्याच संस्थेत नोकरी मिळाली होती. तिला तिच्या वडिलांच्या कार्याचा मोठा अभिमान वाटत होता.

सारं काही सुरळीत सुरू होतं. तिचाही नुकताच प्रेमविवाह झाला होता. लग्नानंतरचे नवे दिवस नटूनथटून, हसूनखेळून प्रेमानं लाडात आणि सुखात घालवायचे होते; पण नियतीनं काही वेगळंच मांडून ठेवलं होतं. तो घात झालेला दिवस उजाडला अन् वडिलांनी घडवलेलं सार बिघडून गेलं. त्यात तिच्याही स्वप्नांचा चक्काचूर झाला होता. निराश होऊनही अंगावर येऊन पडलेल्या सर्वच जबाबदाऱ्या ती निमूटपणे पार पाडत होती. सोबतीला साऱ्या कटकटीही होत्याच. त्याच विषण्णतेत ती आलेला दिवस घालवत होती. कुटुंबाचं अवघड होऊन बसलेलं जगणं सोपं करण्यासाठी ती स्वत:चं

रक्त मात्र आटवत होती.

प्रकाशची बायको आणि चंद्रकांतची बायको या दोघी जावा अन् हेमा ही नणंद. त्या तिघीच घरात कर्त्याधर्त्या म्हणून वागत होत्या. चंद्रकांत पूर्णतः व्यसनाधीन झाल्याने त्याच्यावर त्याच्या बायकोचाही विश्वास राहिलेला नव्हता. दोन्ही जावांना दोन-दोन मुलं होती. प्रकाशची बायको शांताला शाळेत आधीच कारकुनाची नोकरी लखोबानंच लावली होती. चंद्रकांतची बायको केवळ नावालाच शिकलेली होती. तरीही दोन्ही जावांसह त्यांच्या मुलाबाळांच्या भविष्याची काळजी त्यांच्यासह त्यांच्या माहेरच्यांनाही होती. त्यामुळं संस्थेवर आपापलंच वर्चस्व असावं, असं प्रत्येकाला वाटत होतं. चंद्रकांत तर अध्यक्ष किंवा सचिव पदासाठी गुडघ्याला बाशिंग बांधूनच बसलेला होता. प्रत्येकाला अपेक्षा होत्या; पण संस्थेचा डोलारा सांभाळण्यासाठी कुणीच सक्षम नव्हतं. वडिलांनी चालवलेली संस्था तर हेमासाठी जीव की प्राण होती. त्यामुळं शाळेचं अस्तित्व हेमाला तिच्या जिवापलीकडचं होतं; ते तिला कुठल्याही परिस्थितीत टिकवायचं होतं. त्यातच तिची प्रतिष्ठा होती. दुसरीकडं चंद्रकांतची बायको आणि भावजय शांताचं हेमाशी नणंद-भावजयांचं नातं; स्वाभाविकपणे कुटुंबात ते विळी-भोपळ्यासारखंच! त्यामुळं घरातली आदळआपट नेहमीचीच होऊन बसलेली.

काहीही झालं तरी संस्थेचं अस्तित्व आणि विकास हेमासाठी प्रतिष्ठेचा मुद्दा होता. त्यामुळं निर्माण झालेला गुंता तिला अगदी सफाईदारपणे सोडवायचा होता. त्यासाठी हेमानं स्वतःहून पुढाकार घेत दोन्ही भावजयांच्या माहेरच्यांना मोठ्या सन्मानानं बोलावून घेतलं. बऱ्याचशा उठाठेवी करून तिनं चंद्रकांतच्या बायकोला संस्थेत शिपाईपदाची नोकरी आणि चंद्रकांतकडं अध्यक्षपद दिलं होतं. त्यामुळं अस्वस्थ झालेला चंद्रकांत बराचसा समाधान पावला होता.

शांता तर आधीच शाळेत नोकरीला होती, तिच्या अधिकच्या समाधानासाठी तिच्यासोबत तिच्या वडिलांनाही तज्ज्ञ संचालकपदाचा मान दिला गेला. मात्र हेमानं वडिलांची सचिव पदाची महत्त्वाची जबाबदारी स्वतःकडं ठेवून निर्माण झालेला गुंता मोठ्या मुत्सद्देगिरीनं सोडवला होता. तिनं गावातल्या इतर कुणाचाही जाणीवपूर्वक संस्थेत शिरकाव होऊ दिला नव्हता.

दीर्घावधीनंतर खून खटल्यातले सर्वच संशयित आरोपी जामिनावर बाहेर आले होते. त्यासाठी दोन्ही बाजूंनी बऱ्याचशा तडजोडी झालेल्या होत्या. त्यात अनेकांची खुमखुमीही संपली होती. साऱ्यांनाच वैरत्व संपवून गुण्या-गोविंदानं जगायचं होतं. त्यासाठी गावातले काही जण समन्वयवादी भूमिकाही घेऊन वागत होते, तरीही

बहुतांशी गावकरी अगदीच सावध पवित्रा घेताना दिसत होते; कारण पुन्हा कुणालाच गावात भांडण-तंटा नको होता.

काही काळानं गाव पूर्वपदावरही आलं. लोक एकमेकांत मिसळत होते; पण लखोबाच्या हयातीत त्याच्या हरहुन्नरी राजकारणानं आणि समाजकारणानं गावात निर्माण झालेली रौनक मात्र पार विरून गेली होती. लखोबाच्या देण्या-घेण्याच्या व्यवहारानं गावात कुणाचं काही अडत नव्हतं; मात्र त्याच्या पश्चात बऱ्याच गरजवंतांना त्याची उणीव भासत होती. त्याच्या पश्चात गावातले चार-दोन जण त्याचा मत्सर करत असले, तरी बहुतांश लोकं त्याच्याबद्दल चांगलं गुणगानही करत होते. अनेकांच्या मनात त्याच्याबद्दल सहानुभूतीही निर्माण झालेली पाहायला मिळत होती.

नव्यानं सारं काही सुरळीत सुरू होतंय न होतंय तोच काही वर्षांतच लखोबाचा व्यसनाधीन झालेला धाकटा मुलगा चंद्रकांतही दीर्घ आजारानं मृत्यू पावला. लखोबाच्या उरल्यासुरल्या कुटुंबाची सारी भिस्त आपसूकपणे पुन्हा एकवार हेमावरच येऊन पडली. तीही मल्हारच्या आधारानं कशीबशी सांभाळत होती; पण खरं तर लखोबाच्या पश्चात त्याच्या घराला आलेली अवकळा सावरण्यासारखी नव्हतीच. तरीही हेमा एखाद्या ढालीप्रमाणं सारखी लढतच होती. बिघडलेल्या घराला सावरत होती.

बोरीच्या झाडाखाली बोराट्याच उगवतात, त्याप्रमाणं लखोबानं टाकलेले फास त्याच्याच गळ्याभोवती आवळले गेले होते. नियतीचे ते खेळ काही संपत नव्हते. आयुष्यभर तो फक्त वाममार्गानंच सुसाट धावत राहिला. पळतापळता किती पळायचं आणि कुठं थांबायचं, हेच तो विसरला होता. आणि म्हणूनच तो अर्ध्यातच संपला. त्याच्या कुटुंबाच्या मागं वनवास वाढला. गाव आणि परिसरासाठी तो विषय मात्र कायम आठवणीत राहणारा ठरून गेला. आठवण यावी तेव्हा अंगावर शहारे आल्याशिवाय राहत नाहीत, एवढी ती शोकांतिका भयंकर होती!

१२८ /

www.ingramcontent.com/pod-product-compliance
Lightning Source LLC
LaVergne TN
LVHW090420051026
849518LV00006B/2394
* 9 7 8 8 1 9 7 7 1 0 1 5 5 *